AF845711

இரும்புக் கை மாயாவி

(லட்சுமி மிட்டல் வாழ்க்கை வரலாறு)

இரும்புக் கை மாயாவி

(லட்சுமி மிட்டல் வாழ்க்கை வரலாறு)

என். சொக்கன்

ZDP
SPECIFICS

Title: Irumbukkai Maayaavi
Author's Name: N Chokkan
Copyright © N Chokkan
Published by ZDP Specifics

All rights reserved. No part of this publication may be reproduced, stored in a retrieval system, or transmitted, in any form or by any means, electronic, mechanical, photocopying, recording, psychic, or otherwise, without the prior permission of the publishers.

SPECIFICS

(An imprint of Zero Degree Publishing)
No. 55(7), R Block, 6th Avenue,
Anna Nagar,
Chennai - 600 040

Website: www.zerodegreepublishing.com
E Mail id: zerodegreepublishing@gmail.com
Phone: 89250 61999

ZDP Specifics First Edition: January 2023
ISBN: 978-93-95222-23-5
TITLE NO ZDPS: 44

Cover Design & Layout: Vijayan, Creative Studio

சமர்ப்பணம்

மிரட்டலுடன் அன்பு காட்டிய
பேராசிரியர் பி.வி. பத்மனாபன் அவர்களுக்கு

1. மாயம் இல்லை, மந்திரம் இல்லை

அந்தப் பகுதியின் பெயர் கரகண்டா (*Karaganda*). பெயரைப் போலவே, ஊரும் கரடுமுரடானதுதான். சுற்றுவட்டாரத்தில் எங்கேயும் வளமான பகுதி என்று எதுவுமே கிடையாது. ஆகவே, அந்தப் பகுதியில் பாதிபேர் முரடர்கள், கொலை, கொள்ளை, இதர சமூக விரோதச் செயல்கள் எல்லாமே அங்கு சர்வசாதாரணம்.

சரி, பேசாமல் வீட்டைப் பூட்டிக்கொண்டு உள்ளேயே இருந்து விடலாம் என்றால், அதுவும் முடியாது. கோடைக்காலத்தில் நாற்பது டிகிரி வெய்யில் கொளுத்தும், குளிர்காலத்தில் பூஜ்ஜியத்துக்கு வெகு கீழே குறைந்து நடுங்கச்செய்துவிடும். வருடம் முழுவதும் அப்படியொரு கண்றாவியான காலநிலை.

மொத்தத்தில், யாரையேனும் கடுமையாகத் தண்டிக்கவேண்டும் என்று விரும்பினால், அவர்களைக் குடும்பத்தோடு கரகண்டாவுக்கு அனுப்பிவிடலாம். ஸ்டாலின் அதைத்தான் செய்தார்.

ஸ்டாலின் என்றால், ஜோசஃப் விஸரினோவிச் ஸ்டாலின், சோவியத் சாம்ராஜ்யத்தை முப்பது வருடங்களுக்கு ஆட்டிப் படைத்த சர்வாதிகாரி.

1924ல் ஆட்சிக்கு வந்த ஸ்டாலின், சோவியத் யூனியனில் உடனடியாக ஒரு தொழில் புரட்சியை உருவாக்கவேண்டும் என்று முடிவுசெய்தார். இதற்காக அவர் ஆரம்பித்துவைத்த முதலாவது ஐந்தாண்டுத் திட்டத்தின்படி வளர்க்கப்பட்ட ஊர்களில் ஒன்று, கஜகஸ்தான் நாட்டின் மத்தியில் இருந்த கரகண்டா.

தொழில் நகரம் என்று பெருமையாகச் சொல்லப்பட்டாலும், முப்பதுகளில் கரகண்டா ஒரு திறந்தவெளிச் சிறையாகத்தான் இருந்தது. அக்கம்பக்கத்து ஊர்களில் அகப்படுகிற குற்றவாளிகள், புரட்சியாளர்கள், கலகக்காரர்கள், இன்னபிற கைதிகளையெல்லாம் மொத்தமாக வண்டியில் ஏற்றி அங்கே அனுப்பிவைத்துவிடுவார்கள்.

அதன்பிறகு, அந்தக் காலச் சினிமாக்களில் வருவதுபோல கைதிகளைச் சவுக்கால் அடித்து வேலை வாங்கினார்களா என்று தெரியவில்லை. ஆனால், அந்தப் பகுதிகளில் வெறுமனே வாழ்வதைவிடக் கொடுமையான தண்டனை வேறொன்று இருந்திருக்கமுடியாது. வெய்யில் அடித்தாலும், குளிர் வருத்தினாலும், எல்லாவற்றையும் பொறுத்துக்கொண்டு கரகண்டாவை உருவாக்கியது அந்தக் கைதிகள்தான்.

இப்படிப் பாடுபட்டு உருவாக்கியபோதும், கரகண்டா அப்படியொன்றும் பெரிதாக வளர்ச்சியடைந்துவிடவில்லை. கிட்டத்தட்ட அரை நூற்றாண்டு காலத்துக்குப்பிறகு, அந்த ஊரின் பெயரைச் சொல்வதற்காக மிச்சமிருந்தது ஒரு பிரம்மாண்டமான இரும்பு ஆலைமட்டும்தான்.

பிரம்மாண்டம் என்பது, வார்த்தையிலும், பார்வையாளர்களுக்குத் தட்டுப்படுகிற கட்டடங்கள், இயந்திரங்களின் அளவிலும்தான். மற்றபடி நிஜத்தில், ஏகப்பட்ட நஷ்டத்தைச் சந்தித்துக்கொண்டிருந்தது அந்த ஆலை.

அந்தப் பகுதியில் இப்படி ஓர் ஆலையை அமைக்கவேண்டும் என்று எந்தப் புண்ணியவானுக்குத் தோன்றியதோ. மிகப் பெரிய இயந்திரங்கள், ஆயிரக்கணக்கான தொழிலாளர்கள், லட்சக்கணக்கான டன் இரும்பைத் தயாரிக்கிற திறன் என்று

எல்லாம் இருந்தும்கூட, தொடர்ந்து பெரிய அளவில் நஷ்டம். ஆறு மாதங்களாக, வேலை செய்கிறவர்களுக்குச் சம்பளம் தரக்கூட முடியாத நிலைமை.

இதனால், ஊரில் ஏகப்பட்ட பிரச்னைகள். அங்கே குடியிருக்கிற மொத்தக் குடும்பங்களும் இந்த வேலையை நம்பித்தான் பிழைக்கிறவர்கள் என்பதால், எல்லா வீடுகளிலும் பஞ்சம் வெளிப்படையாகத் தெரிந்தது. பசி, பட்டினி, வறுமை, நோய்கள், கோபம், அராஜகம், எல்லாமே எல்லைமீறிக்கொண்டிருந்தது. எதிர்காலம் என்று எதுவுமே கண்ணுக்குமுன் தென்படவில்லை, தெரிந்ததெல்லாம் வெறும் இருட்டுதான்.

இப்படி எல்லாவிதங்களிலும் 'தேறாத கேஸ்' என்று கருதப்பட்ட அந்த ஆலையையும், அதை மட்டுமே நம்பியிருந்த அந்த ஊரையும் கடைத்தேற்றுவதற்கு ஒருவர் வந்தார், அதன்பிறகு அந்த ஊரின் சரித்திரமே தலைகீழாகிவிட்டது.

கர்மெட் *(Karmet)* எனும் அந்த இரும்பு ஆலையை லட்சுமி மிட்டல் விலைக்கு வாங்கி, தனது கட்டுப்பாட்டுக்குள் கொண்டுவந்தபிறகு, ஒரே வருடத்தில் உற்பத்தி இருமடங்கானது, பல காலமாக நஷ்டம் மட்டும் பார்த்துக்கொண்டிருந்த ஆலை, முதன்முறையாக லாபம் சம்பாதித்தது.

தேவதைக் கதைகளில் வருவதுபோல, இப்படி ஒற்றை வாக்கியத்தில் லட்சுமி மிட்டலின் வெற்றியைச் சொல்லிவிடமுடியாது, கூடாது.

காரணம், லட்சுமி மிட்டலிடம் எந்த மாய, தந்திரமும் இல்லை. எந்த மாயாஜாலமும் அவசியப்படாமல், எல்லோருக்கும் தெரிந்த, சுலபமான, எளிமையான வழிமுறைகளைமட்டுமே பயன்படுத்தி, மிகப் பெரிய உயரங்களுக்குச் செல்லமுடியும் என்று நிரூபித்துக்காட்டிய வெற்றிக் கதை அவருடையது.

கரகண்டாவில் மட்டுமில்லை, உலகம் முழுவதும் லட்சுமி மிட்டல் திரும்பத் திரும்ப நிரூபித்திருக்கிற உண்மை இதுதான் - எந்தத் தொழிலும், வேண்டுமென்றே அதன் உரிமையாளருக்கு நஷ்டத்தைக் கொண்டுவருவதில்லை, நமது பலம், பலவீனங்களை ஆராய்ந்து, சரியாகத் திட்டமிட்டுச் செயல்பட்டால், கல்லைப்

பிசைந்துகூட லிட்டர் கணக்கில் வெண் எடுத்துவிடலாம், சாத்தியம்தான்.

கேட்பதற்குச் சுலபமாக இருந்தாலும், காப்பியடிப்பதற்கு மிகவும் சிரமமான வழிமுறை இது. சந்தேகமிருந்தால், மிட்டலின் போட்டியாளர்களைக் கேட்டுப்பாருங்கள். அவருடைய வெற்றியைப் பார்த்துவிட்டு, அவரைப்போலவே நசிந்த ஆலைகளைக் குறைந்த விலைக்கு வாங்கி, குறிப்பிட்ட காலத்துக்குள் அவற்றை முன்னேற்றமுடியாமல் இரட்டை நஷ்டத்தில் தத்தளித்துக்கொண்டிருக்கிறவர்கள் நிறைய பேர்.

அப்படியானால், லட்சுமி மிட்டலுக்குமட்டும் இதெல்லாம் எப்படிச் சாத்தியப்படுகிறது? மற்றவர்கள் கால் வைக்கத் தயங்குகிற இடங்களிலெல்லாம் தைரியமாக இறங்கி, நஷ்டத்தில் இயங்கிக்கொண்டிருந்த ஒவ்வோர் ஆலையின் தலையெழுத்தையும் நேர்மாறாகத் திருப்பிப்போட்டுவிடுகிறாரே, அவரால்மட்டும் எப்படி முடிகிறது?

லட்சுமி மிட்டலிடம் இந்தக் கேள்வியைக் கேட்டால், ‘முதல் காரணம், நான் இந்தியாவில் பிறந்து வளர்ந்ததுதான்’, என்கிறார்.

2. மணற்குவியல்களுக்கு மத்தியில்...

லட்சுமி மிட்டல் பிறந்தது இந்தியாவில், ராஜஸ்தான் மாநிலத்தில்தான். ஆனால், அதற்குமுன்னால் அவருடைய பூர்வீகம், முன்னோர்கள் வாழ்ந்த பகுதிகளெல்லாம், இப்போது பாகிஸ்தானில் இருக்கின்றன.

1947ல் நம் நாட்டுக்குச் சுதந்தரம் கிடைக்கும்வரை, லட்சுமி மிட்டலின் அப்பா, தாத்தா எல்லோரும் கராச்சியில்தான் வசித்துக்கொண்டிருந்தார்கள். இந்தியா - பாகிஸ்தான் பிரிவினைக்குப்பிறகுதான், அந்தப் பகுதிகளில் வாழ்ந்துவந்த பெரும்பான்மை இந்துக்களைப்போலவே, இவர்களுடைய குடும்பமும் இந்தியாவுக்குக் குடிபெயரவேண்டியதாயிற்று.

அப்போது லட்சுமி மிட்டல் பிறந்திருக்கவில்லை. கராச்சியில் தரகுத் தொழில் பார்த்துக்கொண்டிருந்த அவருடைய தாத்தா, இந்தியச் சுதந்தரத்தின் சந்தோஷத்தைவிட, பிரிவினையின் சோகத்தால் அதிகம் பாதிக்கப்பட்டார்.

'நம்மை ஏன் இப்படி அநியாயமாகப் பிரிக்கிறார்கள்?', என்று தன் மகன் மோகன் லாலிடம் வேதனையோடு சொல்லியிருக்கிறார் அவர், 'இந்துக்கள், முஸ்லீம்கள் எல்லோரும் ஒன்றாக, சகோதரர்கள்போலதானே சந்தோஷமாக வாழ்ந்து

கொண்டிருக்கிறோம்? பிறகு எதற்கு இந்தப் பிரிவினை, கலவரம் எல்லாம்?'

இப்படி வருத்தப்பட்டபோதும், அவர்களால் பாகிஸ்தானில் தொடர்ந்து இருக்கமுடியவில்லை. எல்லையைக் கடந்து, ராஜஸ்தானில் குடியேறியபோது, மோகன் லாலுக்கு வயது இருபது.

சில ஆண்டுகளுக்கு முன்னால்தான் பள்ளிப் படிப்பை முடித்திருந்த மோகன் லால் மிட்டல், தன் அப்பாவுக்கு உதவியாக வியாபார விவகாரங்களில் ஈடுபட்டிருந்தார். கராச்சியில் பழைய இரும்பு வியாபாரம் செய்த அனுபவமும் கொஞ்சம் இருந்தது.

ஆனால், இந்தியா வந்தபிறகு, அவர் ஏனோ வியாபாரியாகத் தொடர விரும்பவில்லை. இரும்பு வியாபாரம் வேண்டாம், சொந்தமாக ஏதேனும் தொழில் தொடங்கி நடத்தலாம் என்று முடிவுசெய்தார் மோகன் லால் மிட்டல்.

சீக்கிரத்திலேயே அதற்கு ஒரு வாய்ப்பு வந்தது. உத்திரப் பிரதேசத்தின் மேற்குப் பகுதியில், பதோய் என்ற இடத்தில், தாவர எண்ணெய் தயாரிக்கும் தொழிலில் உற்சாகமாக இறங்கினார் அவர்.

மோகன் லால் மிட்டலின் இந்தத் தொழிலதிபர் கனவு, உடனடியாக நிறைவேறவில்லை. 1949ம் ஆண்டு அந்தப் பகுதியைத் தாக்கிய ஒரு மிகப் பெரிய வெள்ளத்தில், அவருடைய முதலீடும் உழைப்பும் மொத்தமாகப் பறிபோய்விட்டது.

இதனால், மோகன் லாலுக்கு ஏகப்பட்ட நஷ்டம். மனத்தளவில் மிகவும் தளர்ந்துபோய்விட்ட அவர், அடுத்து என்ன செய்வது, குடும்பத்தை எப்படிக் காப்பாற்றுவது என்கிற தீவிரக் கவலைகளில் ஆழ்ந்தார். இந்தக் காலகட்டத்தில்தான், அவருக்கு மூத்த மகன் பிறந்தான். குழந்தைக்கு 'லட்சுமி நாராயணன்' என்று ஆசையாகப் பெயர் சூட்டினார்கள்.

1950ம் ஆண்டு ஜூன் 15ம் தேதி, ராஜஸ்தான் மாநிலம், சாரு மாவட்டம், சடல்பூர் கிராமத்தில் பிறந்த லட்சுமி மிட்டலின்

முழுப்பெயர், 'லட்சுமி நாராயண் மிட்டல்', அல்லது 'லட்சுமி நிவாஸ் மிட்டல்' என்று இருவிதமாகவும் சொல்கிறார்கள்.

இப்படிப் பெயரில் லட்சுமி நீக்கமற நிறைந்திருந்தாலும், அவர் பிறந்த காலகட்டத்தில், லட்சுமி மிட்டலின் குடும்பத்துக்கு லட்சுமி தேவியின் கடைக்கண் பார்வைகூட இல்லை. கொடுமையான வறுமை.

அந்தக் காலகட்டத்தில் சடல்பூரில் வாழ்ந்துகொண்டிருந்த லட்சுமி மிட்டலின் உறவினரான சங்கர் லால் சரோகி என்பவர், 'மிட்டல் குடும்பம் மிக மிகச் சாதாரணமானது', என்கிறார். வருங்காலத்தில் இரண்டு பெரிய இரும்பு சாம்ராஜ்யங்களை நிர்மாணிக்கப்போகிறவர்கள் அந்தக் குடும்பத்தில் வளர்ந்துகொண்டிருந்தார்கள் என்பதற்கான எந்த அடையாளமும் அப்போது வெளிப்படையாகத் தெரியவில்லை.

ஆகவே, ஊரில் அவர்களுடைய குடும்பத்துக்கு அவ்வளவாக மரியாதையும் கிடையாது, தொழில் ஆரம்பித்துத் தோல்வியடைந்த மோகன் லால் மிட்டல், இப்போது உள்ளூரில் அகப்படுகிற லொட்டு லொசுக்கு வேலைகளைச் செய்து, ஏதோ கிடைத்ததை வீட்டுக்குக் கொண்டுவந்தார். அதைக்கொண்டுதான், வீட்டில் எல்லோரும் பசியாறவேண்டியிருந்தது.

போதாக்குறைக்கு, மோகன் லால் மிட்டலின் தூரத்து, பக்கத்துச் சொந்தக்காரர்கள் பலரும், கூட்டுக் குடும்பமாக ஒரே வீட்டில்தான் வாழ்ந்துகொண்டிருந்தார்கள். ஆகவே, கிட்டத்தட்ட இருபது பேருக்காக அவர் சம்பாதிக்கவேண்டியிருந்தது. சில நாள்களில், அவருக்குச் சரியான வேலை எதுவும் கிடைக்காதபோது, எல்லோரும் முழுப் பட்டினிதான்.

அப்போதெல்லாம் இந்திய கிராமங்கள் பலவற்றில் மின்சாரம்கூட கிடையாது. சடல்பூரிலும் அதே கதைதான். லட்சுமி மிட்டலின் தாத்தா கட்டிய அந்த வீட்டில் எல்லோரும் பாலைவனப் புழுக்கத்தைத் தாங்கமுடியாமல், வெறுந்தரையிலும் கயிற்றுக் கட்டில்களிலும் படுத்துத் தூங்குவார்கள்.

மோகன் லால் மிட்டல் உள்பட, வீட்டில் யாருக்கும் வருமானம் என்று பெரிதாக எதுவும் கிடையாது. ஆகவே, அன்றன்றைக்குக்

கிடைப்பதை வைத்துச் சமாளிக்கிற நிலைமைதான். அரைகுறையாகச் செங்கற்களை அடுக்கிச் செய்த அடுப்பு, மண் கலயங்கள் என்று எந்தவிதத்திலும் அந்தக் குடும்பத்தில் வளம் தென்படவில்லை.

இத்தனைக்கும் மோகன் லால் மிட்டல் சார்ந்திருந்த மார்வாரி அகர்வால் சமூகம், வியாபாரத் திறமைக்கு நல்ல புகழ்பெற்றது. என்றாலும், தொழில் முயற்சியில் அவர் அடைந்திருந்த தோல்வியாலோ என்னவோ, ஊரில் எல்லோரும் அவர்களுடைய குடும்பத்தை மிகச் சாதாரணமாகவே மதிப்பிட்டிருந்தார்கள்.

சடல்பூர் ஒரு சிறிய கிராமம்தான். பிழைப்பதற்கான சாத்தியக்கூறுகள் மிகக் குறைவு. எங்கே பார்த்தாலும் முள் செடிகளும் மணற்குவியல்களுமாக நிறைந்து கிடக்கும் அந்தப் பகுதியில், லாபகரமாகத் தொழில் செய்வதற்கோ, தினக்கூலி என்று ஓரளவு தொடர்ந்து சம்பாதிப்பதற்கோகூட வாய்ப்புகள் குறைவு.

ஆகவே, சடல்பூர் தனக்கு எந்தவிதத்திலும் பொருத்தமில்லை என்று முடிவுசெய்த மோகன் லால் மிட்டல், பிழைப்புத் தேடி வேறு ஊருக்குச் சென்றுவிடலாம் என்று முடிவெடுத்தார். இதற்காக அவர் தேர்ந்தெடுத்த நகரம், மேற்கு வங்காளத்தின் தலைநகரமான கல்கத்தா.

கிராமத்தில் இப்படி தினசரிச் சாப்பாட்டுக்குத் திண்டாடுவதை விட, பெருநகரத்துக்குச் சென்றுவிட்டால், ஏதேனும் ஒரு பெரிய வாய்ப்புக் கிடைக்காதா என்கிற எண்ணத்தில் குடும்பத்தோடு கிளம்பிவந்துவிட்டாரேதவிர, கல்கத்தாவில் மோகன் லால் மிட்டலுக்குத் தெரிந்தவர்கள் என்று யாரும் கிடையாது. ஆகவே, மீண்டும் பூஜ்ஜியத்திலிருந்து போராட்டத்தைத் தொடங்கவேண்டியிருந்தது.

இங்கே ஒரு விஷயத்தைத் தெளிவாகச் சொல்லிவிடவேண்டும். ஏதோ ஒருமுறை தொழில் முயற்சியில் தோற்றுப்போய்விட்டார் என்பதற்காக, மற்றவர்களைப்போல நாமும் மோகன் லால் மிட்டலைக் குறைத்து மதிப்பிட்டுவிடமுடியாது. படிப்பறிவு கொஞ்சம்தான். என்றாலும், தொழில்துறையில் வெற்றியடைவதற்கான தொலைநோக்குப் பார்வையும்

கூர்மையான பிஸினஸ் ஞானமும் கடுமையான உழைப்பும் அவரிடம் தாராளமாக இருந்தது, சரியான வாய்ப்புகள்தான் அமையவில்லை.

சிறுவயதிலிருந்தே, மோகன் லால் மிட்டல் உழைப்பதற்குத் தயங்கியதில்லை. அப்பாவிடமிருந்து தான் கற்றுக்கொண்ட மிக முக்கியமான குணங்களில் ஒன்றாக, இதனைக் குறிப்பிட்டிருக்கிறார் லட்சுமி மிட்டல்.

ஆகவே, இதற்குமுன் ஒருமுறை தொழில் ஆரம்பித்துத் தோல்வியடைந்திருக்கிறோம் என்கிற எண்ணம் மோகன் லால் மிட்டலை பாதிக்கவில்லை. தான் ஒரு சாதாரணக் கூலி வேலைக்காரர் இல்லை என்பதில் தெளிவாக இருந்த அவர், அடுத்த வாய்ப்பை ஆவலோடு எதிர்பார்த்துக்கொண்டிருந்தார்.

கல்கத்தாவில் வீடு பார்த்துக் குடியேறியபிறகு, அடுத்து எதில் இறங்கலாம் என்று சில நண்பர்களுடன் தொடர்ந்து ஆலோசனை செய்துகொண்டிருந்த மோகன் லால் மிட்டலுக்கு, சீக்கிரத்திலேயே ஒரு நல்ல செய்தி கிடைத்தது - ஹௌரா அருகே நஷ்டத்தில் இயங்கிக்கொண்டிருந்த இரும்பு ஆலை ஒன்று, விலைக்கு வரக்கூடும் என்று தெரியவந்தது.

ஏற்கெனவே இரும்பு சார்ந்த பணிகளில் கொஞ்சம் அனுபவம் பெற்றிருந்த மோகன் லால் மிட்டலுக்கு, தனது திறமைகளைச் சீர்படுத்திக்கொள்வதற்கும், இரும்பு உற்பத்தியின்மூலம் லாபம் சம்பாதிப்பதற்கும் இது ஒரு நல்ல வாய்ப்பு என்று தோன்றியது. ஆகவே, இரண்டு நண்பர்களைப் பங்குதாரர்களாகச் சேர்த்துக்கொண்டு, அந்த ஆலையை விலைக்கு வாங்க முடிவுசெய்தார்.

ஆனால், முக்கியமான ஒரு கேள்வி இன்னும் மிச்சமிருந்தது - இரும்பு வியாபாரத்தில் என்ன பெரிதாகச் சம்பாதித்துவிடமுடியும்?

૩. ஆரம்பக் கணக்குகள்

இயேசு கிறிஸ்து பிறப்பதற்குப் பல ஆயிரம் ஆண்டுகளுக்கு முன்னாலிருந்தே, இரும்பை மனிதர்கள் பயன்படுத்திவருவதாகக் கண்டறியப்பட்டிருக்கிறது.

ஆதி காலத்திலிருந்து, அம்புகள், ஈட்டிகள் போன்ற பெரும்பாலான ஆயுதங்களின் முனையில் இரும்பு தவறாமல் இடம்பிடித்திருந்தது. ஆனால், இந்த இரும்புமுழுவதும், வானத்திலிருந்து வந்து விழுந்த விண்கற்களிலிருந்து சுரண்டி எடுக்கப்பட்டதாகச் சொல்கிறார்கள். ஆகவே, இரும்பை 'வான் உலோகம்' *(Sky Metal)* என்று சில பழங்கால வாசகங்கள் குறிப்பிடுகின்றன.

பின்னர், நாகரிகம் வளர்ச்சியடையும்போது, மனிதன் இரும்பைப் பயன்படுத்துகிற வழிமுறைகளும் வளர்ந்தன. கட்டுமானப் பணிகளுக்கு, இயந்திரங்களைத் தயாரிப்பதற்கெல்லாம் இரும்பைப் பயன்படுத்தமுடியும் என்று தெரிந்தபிறகு, இரும்புப் புரட்சியில் உலகம் பல மடங்கு உயர்ந்துவிட்டது.

மற்ற உலோகங்களோடு ஒப்பிடுகையில், இரும்பில் ஒரு சின்னப் பிரச்னை - அது எப்போதும் மண்ணில் நேரடியாகக் கிடைப்பதில்லை. கரடுமுரடான தாது வடிவத்தில்மட்டும்தான் கிடைக்கிறது. அதைத் தோண்டியெடுத்து சுத்தப்படுத்தி,

அசுத்தங்கள், தேவையில்லாத வேதிப் பொருள்களை நீக்கிப் பதப்படுத்தினால்தான், நமது தேவைகளுக்கேற்ற இரும்பு கிடைக்கும்.

ஆகவே, ஓர் இடத்தில் இரும்பு கிடைக்கிறது என்று தெரியவந்தால், அந்த இடத்துக்கு உரியவர் மறுநாள் சாயங்காலத்திலிருந்து பணம் சம்பாதிக்கமுடியாது. மேற்சொன்ன வழிமுறைகளின்படி, முரட்டுத்தனமான இரும்புத் தாதுவைத் தட்டிக்கொடுத்து வழிக்குக் கொண்டுவரும்வரை பொறுமையாக தேவுடு காக்கவேண்டும். அதன்பிறகுதான், இரும்பைத் தேவையான வடிவத்தில் தகடுகளாகவோ, கம்பிகளாகவோ நீட்டி விற்பனை செய்யமுடியும்.

இதனால், இரும்பு சார்ந்த தொழில்களில் இறங்குகிறவர்களுக்கு, பொறுமை மிக அவசியம். நிறைய முதலீடு செய்யவேண்டும், நவீன தொழில்நுட்பங்கள் என்னென்ன என்று கண்டறிந்து, அவற்றைச் செயல்படுத்தவேண்டும், எதுவும் வீணாகிவிடாமல் பார்த்துக்கொள்ளவேண்டும், இப்படி ஆயிரம் விஷயங்களில் கவனம் செலுத்தி உழைத்தால்தான் பலன் கிடைக்கும்.

இப்படி ஏகப்பட்ட சிரமங்களுக்குமத்தியிலும், இரும்பில் ஏராளமாகச் சம்பாதித்தவர்கள் இருக்கிறார்கள். இன்னும் குறிப்பாகச் சொல்வதானால், கடந்த ஒரு நூற்றாண்டு காலமாகவே, உலகின் மிகப் பெரிய பணக்காரர்கள் பட்டியலில், இரும்பு மனிதர்களைத் தொடர்ந்து பார்க்கமுடிகிறது.

இரும்பை வைத்துக் கொள்ளை லாபம் சம்பாதிக்கமுடியும் என்று முதன்முறையாக நிரூபித்தவர் ஆண்ட்ரூ கார்னெகி (*Andrew Carnegie*). யதேச்சையாக இரும்பு சார்ந்த தொழில்களில் முதலீடு செய்யத் தொடங்கிய இவர், பின்னர் இயல்பான ஆர்வத்தின்மூலம், பல நல்ல தொழில்நுட்பங்களை அமெரிக்காவுக்குக் கொண்டுவந்தார், பல்வேறு இரும்பு ஆலைகளை வாங்கி, ஒரே குடையின்கீழ் சேர்த்தார், உலக அளவில் இரும்பின் தேவை அதிகரித்தபோது, அதன்மூலம் மிக நன்றாகச் சம்பாதித்தார். ஒருகாலத்தில் உலகின் நம்பர் ஒன் பணக்காரராகக் கொழித்தவர், பின்னர், அதுவரை சம்பாதித்தது அனைத்தையும் தானமாகக் கொடுத்துப் புகழ் பெற்றார்.

கார்னெகி ஓய்வு பெற்றபிறகு, ஜே. பி. மோர்கன் (J. P. Morgan), சார்லஸ் ஸ்க்வாப் (Charles Schwab) என்று பலரும் இரும்பு உற்பத்தியின்மூலம் நன்றாகச் சம்பாதித்தார்கள்.

ஆனால், இரும்பு உற்பத்தியில் கொழித்தவர்களைப்போலவே, சரிந்து விழுந்து அழிந்தவர்களும் நிறைய பேர். இதற்கு முக்கியக் காரணம், மற்ற தொழில்களோடு ஒப்பிடுகையில், இங்கே நிலையற்ற தன்மை மிகவும் அதிகம் என்பதுதான்.

ஒரு குறிப்பிட்ட ஆலையின்மூலம் எவ்வளவு இரும்பு உற்பத்தி செய்யமுடியும் என்பது, நம் கையில் இல்லை. கிடைக்கும் மூலப்பொருள்களின் அளவு, தரம், பயன்படுத்துகிற தொழில்நுட்பம், இரும்பை விலைக்கு வாங்கக்கூடியவர்களின் எண்ணிக்கை, அவர்களுடைய இருப்பிடத்துக்கும், இரும்பு ஆலைக்கும் இடையே இருக்கிற போக்குவரத்து வசதிகள் என்று பல விஷயங்களைச் சார்ந்து, இரும்பின் அளவும் மாறக்கூடியது.

ஆகவே, கொஞ்சம் கூடுதலாகக் கஷ்டப்பட்டால், அதிக லாபம் சம்பாதித்துவிடலாம் என்கிற கணக்கு இங்கே சரிப்படாது. உழைப்போடு, கொஞ்சம் அதிர்ஷ்டமும் வேண்டும், மூலப்பொருள்கள், நேரம், பணம் என்று எதையும் வீணடித்து விடாமல், புத்திசாலித்தனமாகவும் செயல்படத் தெரியவேண்டும்.

அதுமட்டுமின்றி, உலக சந்தையில் இரும்பின் விலை எந்தக் காலத்திலும் நிலையாக இருந்ததில்லை. பங்கு மார்க்கெட்போல ஒரே நாளில் பல மடங்கு விலை ஏறுவதும் இறங்குவதும் இங்கே சாதாரணம். இதற்கும் ஒரு சுவாரஸ்யமான காரணம் இருக்கிறது.

இரும்பு, அதன் தாது, மூலப்பொருள்கள் என்று எல்லாமே கனமானவைதான். ஆகவே, முடிந்தவரை மூலப்பொருள்கள் அதிகம் கிடைக்கிற பகுதியில்தான் இரும்பு ஆலைகள் தொடங்கமுடியும், இல்லாவிட்டால், இரும்பு முதலாளிகள் எல்லோரும், லாரிக்காரர்கள், கப்பல்காரர்களுக்குக் காசு எண்ணிக்கொடுத்தே ஏழையாகிவிடுவார்கள்.

இதேபோல், ஓர் ஆலையில் தயாராகும் இரும்பை, நெடுந்தூரத்துக்குக் கொண்டுசெல்வதும் புத்திசாலித்தனம்

இல்லை. காரணம், சாலைவழியாகவோ, நீர்வழியாகவோ இரும்பை வேறோர் இடத்துக்கு அனுப்புவதற்கான கட்டணம் மிக மிக அதிகம். கொஞ்சம் அசந்தால், சுண்டைக்காய் விலையைச் சுமைக்கூலி தூக்கிச் சாப்பிட்டுவிடும்.

ஆகவே, ஓர் இடத்தில் உற்பத்தியாகும் இரும்பையெல்லாம், அக்கம்பக்கத்தில்மட்டும்தான் விற்கமுடியும். இதனால், உலகம்முழுவதும் சின்னதும் பெரியதுமாக ஏகப்பட்ட இரும்பு ஆலைகள் பரவிக்கிடக்கின்றன. இந்த ஆலைகள் ஒவ்வொன்றும், அவை அமைந்துள்ள பகுதியைச் சுற்றியுள்ள பகுதிகளின் இரும்புத் தேவையைமட்டும்தான் நிறைவு செய்யமுடியும்.

இதனால், உலகமயமாக்கல் என்று சொல்கிறார்களே, அந்த சமாசாரம் இரும்புத் தொழிலில்மட்டும் எடுபடுவதில்லை. அமெரிக்காவில் மொத்தமாகத் தயாரித்துவைத்துக்கொண்டு, அமிஞ்சிக்கரையிலும் அண்டார்டிகாவிலும் விற்று லாபம் கொழிக்கிற கதை இங்கே நடக்காது.

இதே காரணத்தால், இன்றுவரை சர்வதேச இரும்புச் சந்தை சிதறியே கிடக்கிறது, எந்தத் தனி மனிதராலோ, நிறுவனங்களாலோ இங்கே பெரும்பான்மைச் சந்தையை ஆதிக்கம் செய்யமுடிவதில்லை. உலகத்தின் நம்பர் ஒன் இரும்பு உற்பத்தியாளர் என்று காலர் உயர்த்துகிறவர்கள்கூட பத்து சதவிகிதத்துக்கும் குறைவான சந்தைப் பங்கைதான் கையில் வைத்திருக்கிறார்கள்.

அதுமட்டுமின்றி, இரும்பு உற்பத்தியாளர்கள் எல்லோருமே, பல உபயோகங்களுக்காக இந்த இரும்பைக் காசு கொடுத்து வாங்கிப் பயன்படுத்துகிற தொழிலதிபர்களைதான் சார்ந்திருக்கிறார்கள். இந்தப் பயனாளர்கள் இல்லாவிட்டால், உற்பத்தியான இரும்பு தேங்கிக் கிடக்கும், நஷ்டம் சர்வ நிச்சயம்.

சுருக்கமாகச் சொன்னால், இரும்பு உற்பத்தி செய்கிற நிறுவனங்களில் பெரும்பாலானவை அளவில் சிறியவைதான். உலக அளவில் பரந்து விரிந்து வலுப்பெறவும் வாய்ப்பில்லாத இந்த நிறுவனங்களோடு ஒப்பிடும்போது, அவர்களிடம் இரும்பு வாங்குகிற நிறுவனங்கள் மிகப் பெரியவை. ஆகவே,

இந்த இரும்புப் பயனாளர்கள் எல்லோரும் ஒன்றாகச் சேர்ந்துகொண்டு, இரும்பு விலையை அவர்களே தீர்மானிக்கத்தொடங்கிவிடுகிறார்கள்.

உதாரணமாக, ஒரு நாட்டில் கார் தயாரிக்கும் நிறுவனங்கள் எல்லாம் இணைந்து ஒரு கூட்டமைப்பை ஏற்படுத்திக்கொள்ள வேண்டியது. அதன்பிறகு, ஒரு டன் இரும்புக்குச் சரியான(?) விலை என்ன என்பதை அவர்கள்தான் நிர்ணயிப்பார்கள். இரும்பு முதலாளிகள் பேசாமல் அந்த விலைக்கு இரும்பை விற்பனை செய்யவேண்டியதுதான். மறுத்தால், உற்பத்தியான இரும்பு மொத்தமும் வீணாகத் தேங்கிப்போய்விடும்.

இப்படிப் பலவிதங்களில் உலகத் தொழிலதிபர்களை பயமுறுத்திக்கொண்டிருந்த இரும்புத் தொழிலில்தான், மோகன் லால் மிட்டலும் அவருடைய இரு நண்பர்களும் தைரியமாக இறங்கியிருந்தார்கள்.

அப்போது அவர்களுக்குச் சாதகமாக அமைந்திருந்த ஒரே விஷயம், சுதந்தர இந்தியாவின் வளர்ச்சியைக் கருத்தில் கொண்டு, நாடுமுழுவதும் கட்டுமானப் பணிகளும் புதிய தொழில் முயற்சிகளும் மும்முரமாக நடந்துகொண்டிருந்தன. இதனால், நாட்டில் இரும்பின் தேவை அதிகரிக்கும் என்று பலரும் எதிர்பார்த்தார்கள்.

1951ம் ஆண்டு, கல்கத்தா, ஹௌராவில் மோகன் லால் மிட்டலும் அவருடைய நண்பர்களும் பங்குதாரர்களாக இணைந்து வாங்கிய இரும்பு ஆலையின் பெயர், 'பிரிட்டிஷ் இந்தியா ரோலிங் மில்'.

அந்தக் காலகட்டத்தில், இந்தியாவில் தனியார் தொழில் முதலீடுகளே மிகக் குறைவுதான். அதிலும் குறிப்பாக, நிலையில்லாத இரும்புத் துறையில் இறங்குவதற்குப் பலரும் தயங்கிக்கொண்டிருந்தார்கள். போதாக்குறைக்கு, அரசாங்கமும் இரும்பு உற்பத்தியில் தனியார் முயற்சிகளை அவ்வளவாக ஊக்குவிக்கவில்லை.

ஆகவே, அப்போது இந்தியாவில் உற்பத்தியான இரும்பில் பெரும்பகுதி, அரசு சார்ந்த SAIL (Steel Authority of India Lim-

ited) என்ற பொது நிறுவனத்தின் பங்களிப்பாகவே இருந்தது. மற்றபடி, தனியார் கன ரக ஆலைகளை அப்போதைய இந்திய அரசு அனுமதிக்கவில்லை.

இதற்கு விதிவிலக்குகளாக, ஜாம்ஷெட்பூரில் டாட்டா நிறுவனம் அமைத்திருந்த டிஸ்கோ *(TISCO - Tata Iron and Steel Company)*, மற்றும் பர்ன்பூரில் இயங்கிவந்த இஸ்கோ *(IISCO - Indian Iron & Steel Company)* ஆகிய இரண்டையும் குறிப்பிடலாம்.

இந்த இரு தனியார் நிறுவனங்கள்மட்டும் அரசாங்கத்தின் கட்டுப்பாட்டிலிருந்து தப்பியதற்குக் காரணம், இந்தியா சுதந்தரம் அடைவதற்குப் பல ஆண்டுகள் முன்பே இந்த நிறுவனங்கள் தோற்றுவிக்கப்பட்டுவிட்டன. ஆகவே, சுதந்தரத்துக்குப் பிறகும் அவை தொடர்ந்து இயங்கிவந்தன.

ஆகவே, பொது நிறுவனமான *SAIL*, மற்றும் தனியார் துறை முன்னோடிகளான *TISCO, IISCO* ஆகியோரைத்தவிர, வேறு யாரும் இந்தியாவில் கன ரக இரும்பு ஆலைகளைத் தொடங்குவது முடியாத சூழ்நிலை. வேண்டுமென்றால் சிறிய அளவில் இரும்புத் தகடுகள், கம்பிகள் போன்றவற்றைத் தயாரிக்கிற தொழிற்சாலைகள் தொடங்கலாம், அதற்குமேல் எதுவும் முடியாது.

எப்படியாவது பெரிய அளவில் வளரவேண்டும் என்கிற வெறியோடு இரும்புத் தொழிலில் இறங்கியிருந்த மோகன் லால் மிட்டலுக்கு, இந்தக் கட்டுப்பாடுகள் எரிச்சலூட்டின. ஆனால், அவற்றை மீறி என்ன செய்யமுடியும் என்று தெரியவில்லை. பல்லைக் கடித்துக்கொண்டு, கல்கத்தாவிலிருந்த தனது தொழிற்சாலையில்மட்டும் முழு கவனத்தையும் செலுத்திவந்தார்.

மோகன் லால் மிட்டலின் குடும்பம், கல்கத்தாவில் சித்பூர் சாலையிலிருந்த ஒரு வீட்டில் தங்கியிருந்தது. வீட்டுக்குப் பக்கத்திலேயே டிராம்கள் எப்போதும் ஓடிக்கொண்டிருக்கும் என்பதால், எந்நேரமும் ஓயாத சத்தம். ஆறு வயதில் கல்கத்தாவுக்கு வந்திருந்த சின்னப் பையன் லட்சுமி மிட்டல், பல வேளைகளில் அந்தச் சப்தத்தைக் கேட்டு பயந்து நடுங்கிக்கொண்டிருந்தான்.

சீக்கிரத்திலேயே டிராம்களின் கூக்குரலும் கல்கத்தா நகரமும் லட்சுமி மிட்டலுக்குப் பழகிவிட்டது. அவனை ஹிந்தி வழிப் பள்ளி ஒன்றில் சேர்த்துவிட்டார்கள். ஆர்வத்தோடு படிப்பில் மூழ்கிப்போனான் பையன்.

மோகன் லால் மிட்டலின் குடும்பம், முந்தைய பொருளாதாரச் சிக்கல்களிலிருந்து இப்போது ஓரளவு விடுபட்டிருந்தது. என்றாலும், பெரிய வசதி எதுவும் வந்துவிட்டதாகச் சொல்ல முடியாது. கைக்கும் வாய்க்கும் எட்டும்படியான மத்யம வாழ்க்கைதான்.

ஆகவே, லட்சுமி மிட்டல் தினந்தோறும் பள்ளிக்கூடத்துக்கு நடந்தே செல்லவேண்டியிருந்தது. கடுமையாக மழை பெய்கிற நாள்களில்கூட, பேருந்து அல்லது டிராம் கட்டணத்திற்கு வழியில்லாமல், முழங்கால்வரை தண்ணீரில் தட்டுத்தடுமாறிதான் நடந்துசெல்வான் அவன்.

மிகவும் புத்திசாலியான, ஆனால் அமைதியான பையன் லட்சுமி மிட்டல். பள்ளியில் தன்னுடைய சக மாணவர்களிடம் கலகலப்பாகப் பேசக்கூட கூச்சப்படுவான். சின்ன வயதிலிருந்தே, எப்போதும் தனக்குள்ளே ஏதோ யோசித்தபடி தனிமையில்தான் சுற்றிக்கொண்டிருந்தான்.

லட்சுமி மிட்டல் எப்போதும் வகுப்பில் முதல் மாணவனாக மட்டுமே வரவேண்டும் என்று அவனுடைய பெற்றோர் வற்புறுத்தினார்கள். சின்ன வயதிலிருந்தே, இந்த விஷயத்தை அவர்கள் திரும்பத் திரும்ப சொல்லிக் காண்பித்துக்கொண்டிருந்ததால், லட்சுமி மிட்டல் மனத்தில் அது அழுத்தமாகப் பதிந்துவிட்டது.

பள்ளியில் லட்சுமி மிட்டலுக்குத் தேர்வுகள் நடைபெறுகிற சமயங்களில், மோகன் லால் மிட்டல் அலுவலகத்திலிருந்து வந்ததும், ‘இன்றைக்கு எவ்வளவு நேரம் படித்தாய்?’ என்றுதான் முதலில் கேட்பார். லட்சுமி மிட்டல் ஒழுங்காகக் கணக்குச் சொல்லவேண்டும். இல்லாவிட்டால், போதுமான அளவு படிக்கவில்லை என்று திட்டு விழும்.

மாணவப் பருவத்தில் லட்சுமி மிட்டலை மிகவும் கவர்ந்தது,

கணக்குப் பாடம்தான். எண்களின் மாயச் சுழலில் மயங்கிப்போன அவன், கணிதம், கணக்குப் பதிவியல் *(Accountancy)* போன்ற எண்கள் சார்ந்த பாடங்களை மற்ற மாணவர்களைவிட அதிவேகமாகவும் சிறப்பாகவும் கற்றுக்கொண்டு அசத்தினான்.

இந்தத் திறமையால்தான், புகழ்பெற்ற புனித சேவியர் கல்லூரியில் அவனுக்கு இடம் கிடைத்தது.

சாதாரணமான குடும்பத்தைச் சேர்ந்த லட்சுமி மிட்டலுக்கு, கல்கத்தாவின் மிகச் சிறந்த கல்லூரிகளில் ஒன்றாகப் பாராட்டப்பட்ட பெருமைக்குரிய புனித சேவியர் கல்லூரியில் சேர்வது என்பது, உண்மையிலேயே மிகப் பெரிய விஷயம்தான்.

ஏனெனில், அந்தக் கல்லூரியில் படிக்கிறவர்களில் பெரும்பாலான வர்கள் பணக்கார வீட்டுப் பையன்கள், எந்நேரமும் நுனிநாக்கு ஆங்கிலத்தில் வலம் வருகிறவர்கள். அப்படியொரு சூழலில், ஓர் ஏழைப் பையன், அதுவும் ஆங்கில வழியில் படிக்காத அப்பாவி 'ஹிந்தி மீடியம்' மாணவன் எப்படிப் பொருந்துவான்? - இப்படி நினைத்த புனித சேவியர் கல்லூரி நிர்வாகம், லட்சுமி மிட்டலைத் தங்கள் கல்லூரியில் சேர்த்துக்கொள்ளத் தயங்கியது.

நல்லவேளையாக, அந்தக் கல்லூரியின் முதல்வர், லட்சுமி மிட்டலின் பள்ளி இறுதிச் சான்றிதழைப் பார்வையிட நேர்ந்தது. கணிதம் சார்ந்த பாடங்களில் அவன் தொடர்ந்து நூற்றுக்கு நூறு என்கிற கணக்கில் மதிப்பெண்களை வாரிக் குவித்திருந்ததைப் பார்த்த அவர், இப்படிப்பட்ட புத்திசாலிப் பையனைத் தவறவிடக்கூடாது என்று முடிவுசெய்தார்.

ஆகவே, அவருடைய உத்தரவின்பேரில், புனித சேவியர் கல்லூரியின் வணிகப் பிரிவில் லட்சுமி மிட்டலுக்கு ஓர் இடம் ஒதுக்கப்பட்டது. சந்தோஷமாகக் கல்லூரி வாழ்க்கையில் நுழைந்தான் அவன்.

ஏற்கெனவே கூச்ச சுபாவம் கொண்ட லட்சுமி மிட்டலுக்கு, கல்லூரி அனுபவம் அவ்வளவாக இனிக்கவில்லை. சக மாணவர்களைப் போலத் தன்னால் சரளமாக ஆங்கிலத்தில் பேசமுடியவில்லையே என்கிற தாழ்வு மனப்பான்மை அவனை மிகவும் வருத்திக்கொண்டிருந்தது.

அதுமட்டுமின்றி, கல்லூரிப் பாடங்கள் அனைத்தும் ஆங்கிலத்தில் இருந்ததால், அதுவரை ஹிந்தி மீடியத்தில் படித்திருந்த லட்சுமி மிட்டல் ஆரம்பத்தில் ரொம்பச் சிரமப்பட்டான். ஆனால், சீக்கிரத்திலேயே இந்தப் பிரச்னையைச் சமாளித்து, நல்ல மதிப்பெண்களைக் குவிக்க ஆரம்பித்துவிட்டான்.

பள்ளி நாள்களைப் போலவே இந்த முறையும், அவனுக்கு உதவியாக வந்தது கணக்குப் பாடங்கள்தான். அசத்தலான மதிப்பெண்களுடன் கல்லூரியில் முதல் நிலை மாணவனாகத் தேர்ச்சி பெற்றான் லட்சுமி மிட்டல். இதன்மூலம், அவனைக் கல்லூரியில் சேர்த்துக்கொள்ளலாமா வேண்டாமா என்று ஆரம்பத்தில் தயங்கியவர்கள்கூட, லட்சுமி மிட்டலின் புத்திசாலித்தனத்தைப் பாராட்டிப் பேசத் தொடங்கினார்கள்.

இதேபோல், இன்னும் இன்னும் நிறைய படிக்கவேண்டும் என்று லட்சுமி மிட்டலுக்கு மிகவும் ஆசை. அப்போது அவன் வைத்திருந்த அளவுகோல் ஒன்றின்மீது, 'டாக்டர். லட்சுமி மிட்டல், *BCom, MBA, Ph D*' என்று வரிசையாகப் பட்டங்களை அடுக்கி எழுதிவைத்திருந்தானாம்.

இப்படி அவன் படிப்பில் கவனத்தைக் குவித்துக்கொண்டிருந்த போது, லட்சுமி மிட்டலின் அப்பா மோகன் லால் மிட்டல், அவனை வேறொரு திசையில் இழுக்க முயன்றார்.

4. உள்ளே, வெளியே

மோகன் லால் மிட்டலின் குடும்பம் மிகப் பெரியது. அவருடைய மனைவி, குழந்தைகள், மற்ற உறவினர்கள், அவர்களுடைய குழந்தைகள் என்று எல்லோரும் கூட்டுக் குடும்பமாக வாழ்ந்துகொண்டிருந்தார்கள்.

இதனால், வீட்டில் எந்நேரமும் பரபரப்பு தொற்றிக்கிடக்கும். ஆளாளுக்கு ஒவ்வொரு திசையில் ஓடிக்கொண்டிருப்பதால், யார் எதைச் செய்கிறார்கள், யாருக்கு என்ன தேவை என்று கவனிக்கக்கூட யாராலும் முடியாத நிலைமை.

போதாக்குறைக்கு, மோகன் லால் மிட்டல் எப்போதும் தனது இரும்பு ஆலை தொடர்பான விவகாரங்களில்தான் மூழ்கிக் கிடந்தார். கல்கத்தாவுக்கு வெளியிலும் இதேபோல் இரும்பு சார்ந்த தொழிற்சாலைகள் அமைக்கவேண்டும் என்கிற கனவை அவர் துரத்திக்கொண்டிருந்ததால், அவரால் தமது பிள்ளைகளுடன் அதிக நேரம் செலவிடமுடியவில்லை.

ஆகவே, சிறு வயதிலிருந்தே லட்சுமி மிட்டல் தன்னுடைய அப்பாவுடன் அவ்வளவு நெருக்கமாக இல்லை. படிப்பு விஷயத்தில் தொடங்கி, எல்லாவற்றையும் அம்மாவிடம்தான் தவறாமல் பகிர்ந்துகொள்வார்.

ஒருமுறை லட்சுமி மிட்டல் தன்னுடைய வகுப்பில் முதல் மாணவராகத் தேறியபோது, அந்தச் சந்தோஷச் செய்தியை அப்பாவிடம் சொல்லவேண்டும் என்று அவருக்குத் தோன்றியது. ஆனால், அப்போது மோகன் லால் மிட்டல் எங்கோ வெளியூருக்குச் சென்றிருந்தார்.

இதுவிஷயமாக அப்பாவைத் தொலைபேசியில் அழைத்துப் பேசுவதற்கு லட்சுமி மிட்டலுக்கு மிகவும் தயக்கமாக இருந்தது. அவர் என்ன சொல்வாரோ என்று நினைத்து நினைத்துத் தயங்கியவர், ஒருவழியாக தைரியத்தை வரவழைத்துக்கொண்டு, அப்பாவுக்கு ஒரு தந்தி கொடுத்தார்.

லட்சுமி மிட்டல் பயந்ததுபோல், அவருடைய அப்பா கோபப்படவில்லை. தந்தியில் வந்த நல்ல செய்தியைப் படித்து மகிழ்ந்தவர், மகனுடைய சாதனையைப் பாராட்டி, ஒரு விலை உயர்ந்த பேனாவைப் பரிசாகக் கொடுத்தார். இன்றுவரை அந்தப் பேனாவை பத்திரமாக வைத்திருக்கிறார் லட்சுமி மிட்டல்.

அதன்பிறகு, அப்பாவும் மகனும் ஓரளவு நன்றாகக் கலந்து பேச ஆரம்பித்தார்கள். குறிப்பாக, ஒவ்வொரு நாளும், மதிய உணவு நேரத்தில், இந்தியாபற்றிய தனது கருத்துகளைப் பகிர்ந்துகொள்வார் மோகன் லால் மிட்டல், இங்கே என்ன பிரச்னை, அதை எப்படிச் சரி செய்யவேண்டும் என்பதுபோன்ற பல விஷயங்களை அவர்கள் விவாதிப்பார்கள்.

இந்தியத் தொழில் துறையில் மிகப் பெரிய சாதனைகளைச் செய்யவேண்டும் என்று பிரம்மாண்டமான கனவுகளை வளர்த்துவைத்திருந்த மோகன் லால் மிட்டலுக்கு, அவற்றை நிறைவேற்றுவதற்குத் தன்னுடைய மூத்த மகன் துணையாக இருப்பான் என்கிற நம்பிக்கை தோன்றியது.

ஆனால், இந்த நம்பிக்கை நிஜமாகவேண்டும் என்றால், லட்சுமி மிட்டல் வெறுமனே பாடப் புத்தகங்களைப் படித்தால் போதாது. இரும்புத் தொழிலை அனுபவப்பூர்வமாகப் பார்த்துப் பழகிக்கொள்ளவேண்டும் என்று எண்ணினார் அவர். ஆகவே, தன்னுடைய தொழிற்சாலைக்கு தினமும் வரவேண்டும் என்று லட்சுமி மிட்டலுக்கு உத்தரவு போட்டார்.

அப்போதெல்லாம், புனித சேவியர் கல்லூரியில் வகுப்புகள் அதிகாலை ஆறரை மணிக்கே தொடங்கிவிடும். தொடர்ந்து நான்கு மணி நேரங்களுக்குப் பாடங்கள் நடைபெறும், அதன்பிறகு காலை சுமார் பத்தரை மணியளவில் வீட்டுக்குப் போய்விடலாம்.

'லட்சுமி, காலை நேரக் கல்லூரி முடிந்ததும் நீ நேராக வீட்டுக்குப் போய்விடாதே, நம்முடைய மில்லுக்கு வா', என்று வற்புறுத்தினார் மோகன் லால் மிட்டல். தனது ஆலையில் லட்சுமி மிட்டலையும் ஒரு பயிற்சி நிலை ஊழியராகச் சேர்த்துக் கொண்ட அவர், தினமும் குறைந்தது இரண்டு மணி நேரமாவது வேலை பழகவேண்டும் என்பதில் கண்டிப்பாக இருந்தார்.

கல்லூரியில் நன்றாகப் படித்துக்கொண்டிருந்த லட்சுமி மிட்டலுக்கு, இந்த இரட்டை வேலை நிச்சயம் ஒரு தொந்தரவாகத்தான் இருந்திருக்கும். என்றாலும், அப்பா பேச்சை மீறக்கூடாது என்று நினைத்த அவர், தவறாமல் தினந்தோறும் மோகன் லால் மிட்டலின் அலுவலகத்துக்குச் சென்று, தனக்கு ஒதுக்கப்பட்ட வேலைகளைச் செய்துகொண்டிருந்தார்.

இந்த விஷயத்தில் லட்சுமி மிட்டலின் அம்மாவுக்குக்கூட கொஞ்சம் வருத்தம்தான், 'படிக்கிற பையனை நீங்கள் அநியாயத்துக்கு வேலை வாங்குகிறீர்கள்', என்று தன் கணவரிடம் சண்டைக்குப் போனார் அவர்.

இதையெல்லாம் மோகன் லால் மிட்டல் கண்டுகொள்ளவில்லை. தொழில் பழகவேண்டுமானால், இப்படிக் கூடுதலாகக் கஷ்டப்பட்டால்தான் உண்டு என்று தன் மகனிடம் சொன்ன அவர், 'பத்தரை மணிக்குக் கல்லூரி முடிந்ததும் நீ அலுவலகத்தில் இருக்கவேண்டும், என்றைக்காவது நீ வராவிட்டால், அன்றைக்கு நான் மதிய உணவு சாப்பிடமாட்டேன்', என்று சொல்லிவிட்டார்.

அதற்கு அவசியமே ஏற்படாதபடி, தினந்தோறும் அவருடைய அலுவலகத்தில் ஆஜராகிக்கொண்டிருந்தார் லட்சுமி மிட்டல். இரண்டு மணி நேரம் வேலை பார்த்தபிறகு, அப்பாவும் மகனும் ஒன்றாகச் சாப்பிடுவார்கள். அதன்பிறகு, இன்னும் வேலைகள் காத்திருக்கும், கல்லூரிப் பாடங்களும்தான்.

பத்தொன்பது வயதில் லட்சுமி மிட்டலின் கல்லூரிப் படிப்பு முடியும்வரை, கிட்டத்தட்ட நான்கு ஆண்டுகளுக்குத் தினமும் இந்தக் கதைதான் - ஞாயிற்றுக்கிழமைகளில் எப்போதாவது கிரிக்கெட், கால் பந்து விளையாடுவது, சினிமா பார்ப்பது போன்ற ஒரு சில பொழுதுபோக்குகளைத் தவிர, மற்ற நேரமெல்லாம், படிப்பிலும், தொழில் பழகுவதிலும்தான் கவனம் செலுத்திக்கொண்டிருந்தார் லட்சுமி மிட்டல்.

இளம்வயதில் நாளுக்குச் சுமார் பதினைந்து மணி நேரம்வரை உழைத்துப் பழகிய அந்த அசுர உழைப்பு அனுபவம்தான், இன்றுவரை லட்சுமி மிட்டலின் முக்கிய அடையாளமாகத் தொடர்கிறது.

இதே சமயத்தில், மோகன் லால் மிட்டல் பல புதிய விஷயங்களை முயன்றுகொண்டிருந்தார். இதற்குக் காரணம், இரும்பு விஷயத்தில் இந்திய அரசாங்கம் தனது பிடிவாதத்தைக் கொஞ்சம் தளர்த்திக்கொண்டிருந்ததுதான்.

அறுபதுகளில், இந்தியாவின் இரும்பு மற்றும் அதுசார்ந்த பொருள்களின் உள்நாட்டுத் தேவை மிகவும் அதிகரித்திருந்தது. அப்போதைய ஆலைகளால்மட்டும் இதனைப் பூர்த்தி செய்யமுடியாது என்பதால், இந்தத் துறையில் புதிய தனியார் முதலீடுகளை வரவேற்றது இந்திய அரசு.

இதற்காகவே காத்திருந்த மோகன் லால் மிட்டல் சட்டென்று அந்த வாய்ப்பைப் பிடித்துக்கொண்டார். கல்கத்தா ஆலையில் அவருடைய பங்குகளை விற்றுவிட்டு, அந்தப் பணத்தைக்கொண்டு விசாகப்பட்டணத்தில் ஓர் இரும்பு ஆலை அமைத்தார். இதில் அவருடைய சகோதரர்கள் சிலரும் பங்குதாரர்களாக இணைந்துகொண்டார்கள்.

இதேசமயத்தில், கட்டுமானப் பணிகளுக்குத் தேவைப்படும் டார்ஸ்டீல் *(Torsteel)* என்ற முறுக்குக் கம்பிகளின் தேவையும் அதிகரித்துக்கொண்டிருந்தது. ஆகவே, முறுக்குக் கம்பிகளை இந்தியாவிலேயே வடிவமைத்துத் தயாரிக்கும் முயற்சிகளை ஊக்குவித்தார்கள். அதற்கான உரிமத்தையும் பெற்றுக்கொண்டார் மோகன் லால் மிட்டல்.

இந்தியாவில் முறுக்குக் கம்பிகளைத் தயாரித்த முதல் சில தயாரிப்பாளர்களில் மோகன் லால் மிட்டலும் ஒருவர். நாடு முழுவதும் இந்த வகைக் கம்பிகளுக்கு நல்ல வரவேற்பு இருந்ததால், விறுவிறுவென்று பெங்களூரிலும் கல்கத்தா அருகிலும் இன்னும் இரண்டு சிறு ஆலைகளை அமைத்தார் அவர்.

இந்தப் பணிகள் அனைத்திலும், அவருக்கு உதவியாக இருந்தார் லட்சுமி மிட்டல். 1969ல் கல்லூரிப் படிப்பை முடித்துவிட்டு, தன் அப்பாவின் நிறுவனத்திலேயே வேலைக்குச் சேர்ந்துகொண்டிருந்தார் அவர்.

ஆரம்பகாலத்தில், லட்சுமி மிட்டலின் இரும்பு முயற்சிகள் பெரிய அளவில் வெற்றியடைந்ததாகச் சொல்லமுடியாது. குறிப்பாக, அவரது நேரடி மேற்பார்வையின்கீழ் உருவான பெங்களூர், கல்கத்தா சிறு ஆலைகள் இரண்டும், வருடத்துக்குச் சுமார் எண்பதாயிரம் டன் இரும்பு உற்பத்தி செய்யக்கூடியவையாக இருந்தன. என்றாலும், அவற்றின்மூலம் பெரிய அளவில் லாபம் எதுவும் வரவில்லை. சொல்லப்போனால், கல்கத்தா ஆலை தொடர்ந்து அவர்களுக்கு நஷ்டம் தந்துகொண்டிருந்தது.

கிட்டத்தட்ட மூன்று ஆண்டுகளுக்கு இந்த ஆலைகளோடு போராடிப் பார்த்த மோகன் லால் மிட்டல், இந்தத் துறையில் மேலும் வளரவேண்டுமானால், இப்படி குண்டுச் சட்டிக்குள் இரும்பு தயாரித்துக்கொண்டிருந்தால் போதாது, இன்னும் பெரிய அளவு ஆலைகளில் முதலீடு செய்யவேண்டும் என்று முடிவு செய்தார்.

ஆனால், அந்த எண்ணத்தைச் செயல்படுத்தமுடியாதபடி, அரசாங்கக் கட்டுப்பாடுகள் இன்னும் மீதமிருந்தன. பெரிய அளவு கன ரக ஆலைகளைத் தனியார் தொடங்கமுடியாதபடி தடுக்கும் விதிமுறைகள், மீறித் தொடங்கினாலும், அதற்கான அனுமதி, உரிமங்களைப் பெறுவதில் லைசன்ஸ் ராஜ் குளறுபடிகள் என்று ஏகப்பட்ட தடைகளைத் தாண்டி மூச்சு விடுவதே சிரமமாக இருந்தது.

இதற்குமேல், இந்தியாவில் நமக்கு வாய்ப்புகள் இல்லை என்று முடிவு செய்த மோகன் லால் மிட்டல், முதன்முறையாக

வெளிநாடுகளில் முதலீடு செய்வதற்கான வாய்ப்புகளைப்பற்றி தீவிரமாக யோசிக்கத் தொடங்கினார்.

'ஆரம்பகாலத்திலிருந்தே, நான் உலகப் பார்வையோடுதான் சிந்தித்துக்கொண்டிருந்தேன்', என்கிறார் மோகன் லால் மிட்டல். அதாவது, முழுக்கமுழுக்க இந்தியாவில்மட்டும் முதலீடு செய்து தொழில் நடத்திக்கொண்டிருந்தாலும், இங்கே உற்பத்தியாகும் இரும்பின்மூலம், நமது உள்நாட்டுத் தேவைகளைப் பூர்த்தி செய்வதுடன், வெளிநாடுகளுக்கும் நிறைய ஏற்றுமதி செய்யவேண்டும் என்றுதான் அவர் ஆசைப்பட்டார். ஆனால், இதுபோன்ற கனவுகளுக்கெல்லாம் அன்றைய இந்தியச் சூழல் முழுமையாக இடமளிக்கவில்லை.

இத்தனை ஆண்டுகளில், இரும்பு உற்பத்தியின்மூலம் மோகன் லால் மிட்டல் நன்றாகச் சம்பாதித்திருந்தார். வீட்டில் வறுமைச் சுவடுகள் மறைந்து, வசதியும் சவுகர்யங்களும் தென்படத்தொடங்கியிருந்தன. சொந்தமாக ஒரு கார்கூட வாங்கியிருந்தார்கள்.

ஆனாலும், இரும்பு உற்பத்தியில் இன்னும் பெரிதாக வளர வேண்டும் என்ற எண்ணம் மோகன் லால் மிட்டலைத் தொடர்ந்து துன்புறுத்திக்கொண்டிருந்தது. இந்தியாவில் அதற்கான வாய்ப்புகள் குறைவு என்பதைப் புரிந்துகொண்டு, வெளியே எங்கேனும் முதலீடு செய்யலாமா என்று தேட ஆரம்பித்திருந்தார்.

கல்லூரிப் படிப்பை முடித்துவிட்டு, முழு நேரமும் இரும்புத் தொழிலில் இறங்கியிருந்த லட்சுமி மிட்டல், அப்பாவின் இந்தக் கனவுகளை முழுமையாகப் புரிந்துகொண்டிருந்தார். அதற்கான ஒரு நல்ல வாய்ப்பு வரும் என்று அவரும் காத்துக்கொண்டிருந்தார்.

அப்போது, கல்கத்தா பல்கலைக்கழகத்தில் நிதி மற்றும் சந்தைப்படுத்துதல் *(Finance & Marketing)* பாடங்களைப் பகுதி நேரமாகப் படித்துக்கொண்டிருந்தார் லட்சுமி மிட்டல். பகல் நேரம் முழுவதும் அலுவலக வேலை, மாலை நேரங்களில் கல்லூரி வகுப்புகள் என்று முந்தைய பதினைந்து மணி நேர உழைப்பு, இப்போதும் தொடர்ந்துகொண்டிருந்தது.

இந்தக் காலகட்டத்தில்தான் அவருக்குத் திருமணம் நிச்சயமானது. கல்கத்தாவைச் சேர்ந்த ஒரு பணக்காரக் குடும்பத்திலிருந்து, உஷா என்ற பெண்ணை அவருக்கு நிச்சயம் செய்தார்கள்.

பனாரஸ் ஹிந்து பல்கலைக்கழகத்தில் பொருளாதாரம் படித்து முடித்திருந்த உஷா, அப்போது பனாரஸிலிருந்து கோடை விடுமுறைக்காகக் கல்கத்தா வந்திருந்தார். அப்போதுதான், அவர் லட்சுமி மிட்டலைச் சந்தித்தார்.

மிட்டலின் குடும்பத்தினருக்கு உஷாவை ரொம்பப் பிடித்திருந்தது. உஷாவின் பெற்றோருக்கும் லட்சுமி மிட்டலைப் பிடித்துப்போய் விட்டது. ஆகவே, உடனடியாக நிச்சயதார்த்தத்துக்கு ஏற்பாடு செய்துவிட்டார்கள்.

தன்னுடைய வருங்கால மனைவியைத் திருமணத்துக்கு முன்பே நன்கு புரிந்துகொள்ளவேண்டும் என்று எண்ணிய லட்சுமி மிட்டலுக்கு, அவருடன் நிறைய விஷயங்களைப் பேசிப் பகிர்ந்துகொள்ளவேண்டும் என்கிற ஆசையும் இருந்தது. குறிப்பாக, தனது எதிர்காலக் கனவுகளைப்பற்றி விரிவாகப் பேச எண்ணினார் அவர். தன்னுடைய வாழ்க்கைத் துணையாகவிருக்கும் உஷா, அந்தக் கனவுகளை நிஜமாக்குவதில் உதவவேண்டும் என்பது அவருடைய விருப்பமாக இருந்தது.

ஆகவே, பனாரஸில் இருந்த உஷாவைத் தொலைபேசியில் அழைத்தார் லட்சுமி மிட்டல். ஆரம்பத்தில் தயங்கித் தயங்கிப் பேசத் தொடங்கிய இருவரும், கிட்டத்தட்ட இரண்டு மணி நேரத்துக்குமேல் தொடர்ந்து பேசிக்கொண்டிருந்தார்கள்.

‘அந்தத் தொலைபேசிப் பேச்சின்போதுதான், நாங்கள் ஒருவரையொருவர் காதலிக்கத் தொடங்கியிருப்பதை உணர்ந்து கொண்டோம்’, என்கிறார் உஷா. ஆனால், அதன்பிறகு அவர்கள் அடிக்கடி தொலைபேசியில் பேசிக்கொள்ளமுடியவில்லை.

இந்தக் காலத்தில்தான், திருமணம் நிச்சயமானதும், ஆளுக்கு ஒரு செல்பேசி வாங்கிவைத்துக்கொண்டு மணிக்கணக்காகப் பேசித் தீர்க்கிறார்கள். ஆனால், அப்போதெல்லாம் செல்ஃபோன்கள் இல்லை, சாதாரணத் தொலைபேசிகள்கூட அபூர்வம்தான். அப்படியே ஒரு தொலைபேசியைக் கண்டுபிடித்து உஷாவுக்குப்

பேசினாலும், மூன்று நிமிடத்துக்குப்பிறகு, தொலைபேசி அலுவலகத்திலிருந்து ஒருவர் கரடிபோல் எட்டிப்பார்த்து, ‘சார், முடிச்சுக்கறீங்களா?’, என்று தொல்லைப்படுத்துவார். ஆறு நிமிடத்துக்குமேல் இரக்கமில்லாமல் இணைப்பைத் துண்டித்துவிடுவார்கள்.

இதனால், தொலைபேசி அழைப்புகளைக்காட்டிலும், உஷாவுக்குக் கடிதங்கள் எழுதுவதில் அதிக ஆர்வம் காட்டினார் லட்சுமி மிட்டல். அந்தக் கடிதங்களில் அவரை, ‘*Life Partner*’ என்று விளித்து, தன்னுடைய எண்ணங்களைப் பகிர்ந்துகொள்வார்.

அவர்களுடைய திருமணம் நடைபெற்றபோது, உஷாவுக்குப் பத்தொன்பது வயது, லட்சுமி மிட்டலுக்கு இருபத்தொரு வயதுதான். அப்போதுதான் கல்லூரியிலிருந்து வெளியே வந்திருந்த அவர், இரும்புத் தொழிலில் மெல்லக் கால் வைத்துப் பழகிக்கொண்டிருந்தார்.

இதனிடையே வெளிநாடுகளில் முதலீடு செய்வதுகுறித்து யோசித்துக்கொண்டிருந்த மோகன் லால் மிட்டல், எந்தமாதிரியான நாடுகளில் அதற்கான வாய்ப்புகள் இருக்கும் என்று நண்பர்களுடன் ஆலோசனை நடத்திக்கொண்டிருந்தார்.

பெரிய நாடுகளில், ஏற்கெனவே நல்ல தொழில் வளர்ச்சி இருக்கும். அங்கே பத்தோடு பதினொன்றாக நம்முடைய முதலீட்டைச் செய்வது அவ்வளவாகப் பலன் அளிக்காது. எனவே, வளரும் நாடுகளில் ஒன்றைத் தேர்ந்தெடுக்கவேண்டும் என்று விரும்பினார் அவர்.

அதாவது, அந்த நாட்டின் பொருளாதாரத்தோடு நாமும் இணைந்து வளரவேண்டும். அப்படிப்பட்ட ஒரு சூழல்தான் நமக்குப் பாதுகாப்பு, லாபம் என்று எண்ணிய மோகன் லால் மிட்டல், இதற்காகத் தேர்ந்தெடுத்த நாடு இந்தோனேஷியா.

ஏற்கெனவே, தனது இந்திய ஆலைகளிலிருந்து சில இரும்புப் பொருள்களை இந்தோனேஷியாவுக்கு ஏற்றுமதி செய்துகொண்டிருந்தார் மோகன் லால் மிட்டல். ஆகவே, அந்நாட்டின் வணிகச் சூழல்பற்றி அவருக்கு ஓரளவு தெரிந்திருந்தது.

இதுதவிர, வேறொரு விதத்திலும் அவருக்கு இந்தோனேஷியத் தொடர்பு உருவாகியிருந்தது. மோகன் லால் மிட்டலின் மகள் சீமா, பிரகாஷ் லோஹியா என்பவரைத் திருமணம் செய்துகொண்டிருந்தார். பிரகாஷின் குடும்பத்தினர், இந்தோனேஷியாவில் ஒரு தொழிற்சாலை அமைத்து நடத்திக்கொண்டிருந்தார்கள்.

இப்படிச் சில வழிகளில் தனக்கு ஓரளவு பழகியிருக்கும் இந்தோனேஷியாவில் முதலீடு செய்வது சவுகர்யம் என்று எண்ணிய மோகன் லால் மிட்டலுக்கு, அவருடைய சம்பந்தி மோகன் லோஹியா உதவ முன்வந்தார். இருவரும் இணைந்து, முதல் வேலையாக இந்தோனேஷியாவில் கொஞ்சம் நிலம் வாங்கினார்கள்.

நிலம் வாங்குவது சுலபம். ஆனால், அந்த நிலத்தில் ஓர் இரும்பு ஆலை அமைப்பது என்றால், சாதாரண விஷயமா? யாரேனும் பொறுப்பானவர்கள் பக்கத்தில் நின்று கவனிக்காவிட்டால், எல்லாம் வீணாகிவிடுமே.

இதுபற்றி நிறைய யோசித்த மோகன் லால் மிட்டல் ஒரு நல்ல முடிவுக்கு வந்தார். தன் மகன் லட்சுமி மிட்டலைக் கூப்பிட்டு, உடனடியாகப் பெட்டியைக் கட்டிக்கொண்டு இந்தோனேஷியா கிளம்பு', என்றார்.

5. இஸ்பாத்

சமஸ்கிருதத்தில் 'இஸ்பாத்' என்றால், இரும்பு என்று அர்த்தம்.

மோகன் லால் மிட்டல் தன்னுடைய இரும்பு நிறுவனத்துக்குத் தேர்ந்தெடுத்திருந்த பெயர் அதுதான்.

கல்கத்தாவில் தொடங்கி, விசாகப்பட்டணம், பெங்களூர் என்று வரிசையாக இரும்பு ஆலைகளை வாங்கி அல்லது புதிதாகத் தொடங்கி நடத்திக்கொண்டிருந்தபோதெல்லாம், தங்களுடைய குழுமத்துக்கென்று பொதுவான பெயர் ஒன்று வேண்டும் என்று அவர் நினைத்திருக்கவில்லை.

ஆனால் இப்போது, வெளிநாடுகளில் முதலீடு செய்து தொழில் தொடங்குவது என்று முடிவெடுத்ததும், அதற்கு ஒரு நிறுவன அடையாளம் அவசியம் என்று எண்ணிய அவர், 'இஸ்பாத்' என்ற பொருத்தமான இந்தியப் பெயரைத் தேர்ந்தெடுத்துச் சூட்டினார்.

1976ல் தொடங்கப்பட்ட 'இஸ்பாத்' நிறுவனத்தில், மோகன் லால் மிட்டல், மற்றும் அவருடைய மகன்கள் லட்சுமி மிட்டல், பிரமோத் மிட்டல், வினோத் மிட்டல் ஆகியோர் பங்குதாரர்கள். இந்த நிறுவனத்தின் முதல் இரும்பு ஆலையை, இந்தோனேஷியாவில் அமைப்பது என்று முடிவுசெய்தார்கள்.

உண்மையில், 'இஸ்பாத்' நிறுவனம் தொடங்கப்படுவதற்குச் சில ஆண்டுகள்முன்பே, இந்தோனேஷியாவில் தொழில் தொடங்கலாம் என்று முடிவு செய்திருந்த மோகன் லால் மிட்டல், இதற்கான நிலத்தைத் தேர்ந்தெடுத்து, விலைக்கு வாங்கிவிட்டார்.

ஆனால், உடனடியாக அங்கே தொழிற்சாலை நிர்மாணிக்க முடியாதபடி சில சிக்கல்கள் முளைத்திருந்தன. குறிப்பாக, இந்தியர்கள் வெளிநாட்டுத் தொழில்களில் முதலீடு செய்வதற்கு ஏகப்பட்ட கட்டுப்பாடுகள் இருந்தன. அதையெல்லாம் சமாளித்து, செயல்திட்டத்தை உறுதிசெய்வதற்குள், சில வருடங்கள் ஓடிவிட்டன.

ஒருவழியாக, இந்தோனேஷியாவில், 'இண்டோ இஸ்பாத்' என்ற பெயரில் புதிய இரும்பு ஆலை ஒன்றை அமைப்பதற்கான வேலைகள் தொடங்கின. இந்தப் பணிகளை நேரடியாகப் பார்த்துக்கொள்வதற்காக, குடும்பத்துடன் இந்தோனேஷியாவுக்குக் கிளம்பினார் லட்சுமி மிட்டல்.

லட்சுமி மிட்டலை இந்தோனேஷியாவுக்கு அனுப்பிவைத்தவர், அவருடைய அப்பா மோகன் லால் மிட்டல்தான். ஆனால், எதற்காக அவரை அங்கே அனுப்பினார் என்பதில் சிறு குழப்பம் நீடிக்கிறது.

புதிய இரும்பு ஆலைக்காக, இந்தோனேஷியாவில் மோகன் லால் மிட்டல் வாங்கியிருந்த நிலம் மொத்தமும், கடந்த சில ஆண்டுகளாகவே வீணாகக் கிடந்துகொண்டிருந்தது. இதற்குமேல் அங்கே ஓர் ஆலை அமைக்கமுடியும் என்பதில் நம்பிக்கை இழந்துவிட்ட அவர், அந்த நிலத்தை விற்பதற்காகதான் லட்சுமி மிட்டலை இந்தோனேஷியாவுக்கு அனுப்பினார் என்று சிலர் சொல்கிறார்கள்.

அதன்பிறகு, இந்தோனேஷியாவுக்குச் சென்று, அந்த நிலத்தைப் பார்வையிட்ட லட்சுமி மிட்டல், அங்கே ஓர் ஆலையைத் தொடங்கி சிறப்பாக நடத்தமுடியும் என்று உறுதியாக நம்பியதாகவும், இதுபற்றி அப்பாவிடம் பேசி, அவருடைய எண்ணத்தை மாற்றியதாகவும் சொல்கிறார்கள்.

சமீபத்தில் 'ஸ்டார் வேர்ல்ட்' *(Star World)* தொலைக்காட்சிக்கு லட்சுமி மிட்டல் அளித்த பேட்டியில், 'சும்மா விடுமுறையைக் கழிப்பதற்காகதான் நான் இந்தோனேஷியாவுக்குச் சென்றேன்', என்று குறிப்பிட்டுள்ளார்.

அதாவது, பாங்காக், சிங்கப்பூர், ஜகார்தா, ஹாங்காங், டோக்கியோ என்று அவர் சுற்றுலாக் கிளம்பியபோது, 'அப்படியே இந்த நிலத்தை விற்றுத் தீர்த்துவிட்டு வாயேன்', என்று அப்பா சொல்லி அனுப்பினாராம்.

ஆனால், 'அந்த நிலத்தை விற்கவேண்டும் என்று நான் எப்போதும் நினைக்கவில்லை', என்று மறுக்கிறார் மோகன் லால் மிட்டல். உண்மையில், அவர் இப்படி வெளிநாட்டில் புதிதாக நிலம் வாங்கி இரும்பு ஆலை அமைக்கப்போகிறார் என்று கேள்விப்பட்டபோது, அவருடைய நண்பர்களும் ஆலோசகர்களும் 'இரும்புத் தொழிலுக்கு இனிமேல் எதிர்காலம் கிடையாது' என்று சொல்லி அவரைத் தடுத்திருக்கிறார்கள்.

இந்தக் கருத்தை ஏற்க மறுத்த மோகன் லால் மிட்டல், தனது இந்தோனேஷியத் திட்டத்தில் தீர்மானமாக இருந்திருக்கிறார். அதுமட்டுமின்றி, வெளிநாட்டில் இப்படி ஓர் ஆலையைப் புதிதாக அமைத்து நடத்தினால், தன் மகனுக்கும் அது ஒரு நல்ல பயிற்சியாகவும் அனுபவமாகவும் அமையும் என்று நினைத்தார் அவர்.

இப்படியாக, இந்தோனேஷியாவில் 'இண்டோ இஸ்பாத்' ஆலை உதயமானது. புதிய ஆலையின் நிர்வாக இயக்குனரான லட்சுமி மிட்டலுடன், அவருடைய மனைவி உஷா, ஆறு மாதக் கைக்குழந்தை ஆதித்யா மூவரும் அந்நாட்டின் சுரபயா நகரில் குடியேறினார்கள்.

இந்தோனேஷியா, உலகின் மிகப் பெரிய இஸ்லாமிய நாடுகளில் ஒன்று. எனினும், பிற மதம் சார்ந்தவர்கள், வெளிநாட்டினர் எல்லோரும் அங்கே சுதந்தரமாக வாழமுடிந்தது. இந்தச் சூழல் லட்சுமி மிட்டலுக்கும் அவரது குடும்பத்தினருக்கும் மிகவும் பிடித்திருந்தது.

அதுமட்டுமின்றி, புதிதாகத் தொழில் தொடங்குவதற்குச்

சாதகமான சூழலும் இந்தோனேஷியாவில் நிலவியது. வேகமாக வளரும் பொருளாதாரம், எந்தவிதமான தடைகளோ, நிபந்தனைகளோ இல்லாத முதலீட்டு வாய்ப்புகள்.

அந்நாட்டின் இரும்புச் சந்தையில், அரசு சார்ந்த பொது நிறுவனமான 'பி.டி. க்ரக்டௌ ஸ்டீல்' *(PT Krakatau Steel)* ஆதிக்கம் செலுத்திக்கொண்டிருந்தது. எனினும், வளர்ந்துவரும் நாடான இந்தோனேஷியாமுழுவதும், பலவிதமான கட்டுமானப் பணிகள் தொடர்ந்து நடைபெற்றுக்கொண்டிருந்ததால், இரும்பு உற்பத்தியில் தனியார் முதலீடுகளையும் நன்கு ஊக்குவித்தார்கள்.

வருடத்துக்குச் சுமார் அறுபதாயிரம் டன்கள் உற்பத்தித் திறன் கொண்ட 'இண்டோ இஸ்பாத்' ஆலை, இரும்புக் கழிகள், கம்பிகள் *(Rods & Wires)* போன்றவற்றைத் தயாரிக்கும்வகையில் சுமார் ஒன்றரை கோடி டாலர்கள் செலவில் புதிதாக நிர்மாணிக்கப்பட்டது. இதற்கான செலவில் பெரும்பகுதியை, வங்கிகளிலிருந்து கடனாகப் பெற்றிருந்தார் மோகன் லால் மிட்டல்.

லட்சுமி மிட்டல் ஏற்கெனவே இந்தியாவில் 'கிரீன்ஃபீல்ட்' *(Greenfield)* எனப்படும் புதிய இரும்பு ஆலைகளை அமைப்பதில் ஓரளவு அனுபவம் பெற்றிருந்தபோதும், இந்தோனேஷியச் சூழலில் அவருக்குப் பலவிதமான புதிய சவால்கள் காத்திருந்தன.

ஆனால், அந்தக் காலகட்டத்தில், இரும்புத் தொழிலில் இறங்கியிருக்கும் ஓர் இந்திய நிறுவனம் பெரிய அளவில் வளரவேண்டும், முன்னேறவேண்டும் என்று விரும்பினால், இப்படி வெளிநாடுகளில் முதலீடு செய்வதுதான் ஒரே வழியாக இருந்தது. உள்நாட்டில் தனியார் முதலீடுகளுக்குப் பெரிய அளவில் கட்டுப்பாடுகள் விதிக்கப்பட்டிருந்ததால், ஏகப்பட்ட இந்தியத் தொழில் முனைவோர்கள் வெளிநாடுகளுக்குக் கிளம்பிக்கொண்டிருந்த காலம் அது.

ஆனால், அப்படிப் பெட்டியைத் தூக்கிக்கொண்டு கிளம்பியவர்களில் பத்துக்கு ஒருவரோ, இருவரோதான் பெரிய அளவில் வெற்றியடைந்தார்கள் என்பதையும் கவனிக்கவேண்டும். இதற்கு முக்கியக் காரணம், உள்ளூர்ச் சந்தையோடு ஒப்பிடுகையில், சர்வதேசச் சந்தையில் போட்டி

ரொம்பவே அதிகம், பலவிதமான தினசரிப் பிரச்னைகளை கவனித்துச் சமாளித்துக்கொண்டு, தொழில்நுட்பத்தை நவீனப்படுத்திக்கொண்டு, உலகத் தரத்தில் பொருள்களைத் தயாரித்து, நல்ல விலைக்கும் விற்று லாபம் சம்பாதிப்பது சாதாரண விஷயமில்லை!

'இண்டோ இஸ்பாத்' ஆலையைத் தொடங்கி நடத்துவதில், இந்தச் சவால்கள் அனைத்தையும் லட்சுமி மிட்டல் நேருக்கு நேர் சந்திக்கவேண்டியிருந்தது. கொஞ்சம் தடுமாறினாலும், அடி பலமாகப் பட்டுவிடும் என்கிற நிலைமை.

கடின உழைப்புக்கு நன்கு பழகியிருந்த லட்சுமி மிட்டல், சூழலைப் புரிந்துகொண்டு, பிரச்னைகளை அநாயாசமாக எதிர்கொள்ளத்தொடங்கினார். அடுத்த பத்து வருடங்களுக்கு, 'இண்டோ இஸ்பாத்'தவிர வேறு எதையும் சிந்தனையில் சேர்க்கவில்லை. மொத்த கவனத்தையும் அதில் குவித்து, ஆலையை வெற்றியடையச் செய்வதற்கான வழிமுறைகளை ஒவ்வொன்றாகச் சிந்தித்துச் செயல்படுத்தினார்.

உண்மையில், லட்சுமி மிட்டலின் பிற்காலச் சாதனைகளோடு ஒப்பிடுகையில், ஒற்றை இரும்பு ஆலையில் அவர் இப்படிப் பத்துப் பன்னிரண்டு வருடங்களைச் செலவிட்டார் என்பதை நம்புவதுகூட சிரமம்தான். ஏனெனில், தொண்ணூறுகளில் அவர் விலைக்கு வாங்கிய ஆலைகள் ஒவ்வொன்றும், ஒரே வருடத்துக்குள் பெரிய அளவில் லாபம் சம்பாதிக்கத் தொடங்கிவிட்டன.

ஆனால், அப்படி மின்னல் வேகத்தில் வெற்றிப் பாதையைக் கண்டறிவதற்கான ஒரு பயிற்சிக் களமாகதான், அவர் தனது இந்தோனேஷிய அனுபவத்தைப் பயன்படுத்திக்கொண்டார் என்று சொல்லலாம். இங்கே கற்றுக்கொண்ட சூத்திரங்களைதான், உலகம்முழுவதும் திரும்பத் திரும்ப செயல்படுத்தி வெற்றியடைந்துகொண்டிருந்தார் அவர்.

தவிர, லட்சுமி மிட்டலின் பிற முதலீடுகள் அனைத்தும், ஏற்கெனவே முழுமையாகக் கட்டமைக்கப்பட்டு, இரும்பு உற்பத்தி செய்துகொண்டிருந்த ஆலைகளை விலைக்கு வாங்குவதாகவே அமைந்திருந்தன. அவற்றோடு ஒப்பிடும்போது, இந்தோனேஷிய

ஆலை புத்தம்புதியது. ஆகவே, ஒரு புதுமுகத்தின் ஆரம்பத் தடுமாற்றங்கள், டென்ஷன்கள் எல்லாவற்றையும் சந்தித்துச் சமாளிக்கவேண்டியிருந்தது.

'இண்டோ இஸ்பாத்' ஆலை அளவில் சிறியதுதான். ஆனால், அதிநவீன இத்தாலியத் தொழில்நுட்பத்துடன் அதனை மிகச் சிறப்பாகக் கட்டமைத்தார் லட்சுமி மிட்டல். ஆகவே, குறைகள் அவ்வளவாக இல்லாத, அதிகத் தரமான இரும்பு உற்பத்தி சாத்தியப்பட்டது. எனினும், அந்த ஆலை தனது முழு உற்பத்தித் திறனில் இயங்கமுடியாதபடி, ஒரு முக்கியமான பிரச்னை தடுத்துக் கொண்டிருந்தது. ஆலையின் இயக்கத்துக்குத் தேவையான மின்சாரம் ஒழுங்காகத் தொடர்ந்து கிடைக்காததால், வேலைகள் அடிக்கடி பாதிக்கப்பட்டன.

இந்தப் பிரச்னையைத் தீர்க்காவிட்டால், பல விதங்களில் நஷ்டம் ஏற்படும் என்று உணர்ந்த லட்சுமி மிட்டல், உடனடியாக இந்தோனேஷியாவின் தொழில்துறை அதிகாரிகள், டைரக்டர் ஜெனரல் ஆகியோரைச் சந்தித்துப் பேசினார். இதனால், அடுத்த ஒன்றிரண்டு வாரங்களுக்குள் இந்தக் குளறுபடிகள் அனைத்தும் சரி செய்யப்பட்டன, மின்சாரம் தொடர்ந்து கிடைக்கஆரம்பித்தது. அதன்பிறகு, 'இண்டோ இஸ்பாத்' முழு வேகத்துடன் இயங்கமுடிந்தது.

ஆலைக்குத் தேவையான பணியாளர்களை, அக்கம்பக்கத்திலேயே பிடித்துச் சேர்த்துவிட்டார்கள். ஒப்பீட்டளவில் இவர்களுடைய சம்பளம் மிகக் குறைவுதான் என்பதால், உற்பத்திச் செலவுகள் வெகுவாகக் குறைந்தன.

இப்படிப் பல காரணங்களால், லட்சுமி மிட்டலின் மேற்பார்வையில் 'இண்டோ இஸ்பாத்' ஆலை படிப்படியாக முன்னேறி, இந்தோனேஷிய இரும்பு உற்பத்தியில் குறிப்பிடத்தக்க பங்களிப்பைத் தரத் தொடங்கியது. 'இஸ்பாத்' நிறுவனத்துக்கும் நல்ல லாபம் கிடைக்க ஆரம்பித்தது.

அப்போது, லட்சுமி மிட்டலுக்கு முக்கியப் போட்டியாளர்களாக அமைந்திருந்தவர்கள், சில ஜப்பான் முதலீட்டாளர்கள். இவர்கள் ஏற்கெனவே இந்தோனேஷிய இரும்புச் சந்தையில் நல்ல பங்கைப் பிடித்துவிட்டார்கள் என்பதால், அவர்களை

முறியடித்து ஜெயிப்பதற்கான வழிமுறைகள் என்ன என்று தீவிரமாக யோசிக்கத் தொடங்கினார் லட்சுமி மிட்டல்.

இதற்காக, லட்சுமி மிட்டலும் அவருடன் பணிபுரிந்துகொண்டிருந்தவர்களும் ஜப்பானிய மினிமில்களை நேரில் சென்று பார்வையிட்டார்கள். அவர்கள் அப்படி என்னதான் வித்தியாசமாகச் செய்கிறார்கள் என்பதைத் தெரிந்துகொள்வதே நோக்கம்.

இப்படிப் பல இரும்புத் தயாரிப்பாளர்களைப் பார்த்தபிறகு, ஒரு விஷயம் லட்சுமி மிட்டலுக்குத் தெளிவாகப் புரிந்தது, இந்தத் துறையில் பெரிய அளவில் வெற்றியடையவேண்டுமானால், இரண்டு விஷயங்கள் மிக அவசியம் : தயாரிப்புகளில் உயர்ந்த தரம், மற்றும், குறைந்த செலவுகள்.

இந்த இரண்டையும் சரியாகச் செயல்படுத்தி, நவீன தொழில்நுட்பத்தைச் சிறப்பாகப் பயன்படுத்திக்கொள்கிறவர்கள்தான் இந்தத் தொழிலில் நீடிக்கமுடியும் என்று புரிந்துகொண்ட லட்சுமி மிட்டல், உடனடியாக அதற்கான ஏற்பாடுகளில் இறங்கினார். 1976ம் ஆண்டு இரும்பு உற்பத்தியைத் தொடங்கிய 'இண்டோ இஸ்பாத்' ஆலை, மீண்டும் புதுப்பிக்கப்பட்டு, விரிவாக்கப்பட்டு, 1978ல் புதுப் பொலிவுடன் தனது பணிகளைத் தொடங்கியது.

இப்போது, ஆலையின் உற்பத்தித் திறன் கிட்டத்தட்ட பத்து மடங்குகளுக்குமேல் உயர்ந்திருந்தது. இரும்புப் பாளங்கள், கம்பிகள், வயர்கள் என்று பலவிதமான பொருள்களை அதிக அளவில் தயாரிக்கத் தொடங்கினார்கள். மொத்தமும் புத்தம்புதிய நவீன தொழில்நுட்பம், தானியங்கி இயந்திரங்கள், பிசிறில்லாத தரம்.

இங்கே ஒரு விஷயத்தைக் குறிப்பிட்டுச் சொல்லவேண்டும், எல்லாவிதங்களிலும் உற்பத்திச் செலவுகளைக் குறைத்தால்தான், அதிக லாபம் சம்பாதிக்கமுடியும் என்பதில் தெளிவாக இருந்த லட்சுமி மிட்டல், தொழில்நுட்ப உன்னதத்தில்மட்டும் எந்தச் சமரசமும் செய்துகொள்ளவில்லை. அதற்காக எவ்வளவு செலவு செய்யவும் தயாராக இருந்தார்.

ஆலையில் பயன்படுத்தப்படும் எல்லா நவீன தொழில் நுட்பங்களிலும் பணியாளர்களுக்கு விரிவான பயிற்சிகள்

அளிக்கப்பட்டன. புதிய இயந்திரங்கள், தொழில்நுட்பங்களை நிர்மாணிப்பதற்காக ஏகப்பட்ட செலவு செய்திருந்த நிர்வாகம், அவற்றை முழுமையாகப் பயன்படுத்திக்கொள்ளவேண்டும் என்பதில் கண்டிப்பாக இருந்தது.

சுமார் பதினான்கு வருடங்களுக்கு, கொஞ்சூண்டு சம்பளம் பெற்றுக்கொண்டு, மற்ற செலவுகளையும் முடிந்தவரை குறைத்து, இஸ்பாத் இந்தோனேஷிய ஆலையிலேயே தனது முழு கவனத்தையும் செலுத்திவந்தார் லட்சுமி மிட்டல். இந்தக் காலகட்டத்தில், அவருடைய அப்பா மோகன் லால் மிட்டல், இந்தியாவில் 'இஸ்பாத்' நிறுவனத்தைப் பதிவு செய்து, உள்நாட்டு முதலீடுகளை கவனித்துக்கொண்டிருந்தார்.

இதே சமயத்தில், இந்தியாவுக்கும் இந்தோனேஷியாவுக்கும் இடையே ஒரு வர்த்தக ஒப்பந்தம் கையெழுத்தாகியிருந்ததால், நிறைய இந்திய முதலீட்டாளர்கள் இந்தோனேஷியாவில் தொழில் தொடங்கினார்கள். அதற்குமுன்பே அங்கு நிலைபெற்றிருந்த 'இண்டோ இஸ்பாத்' ஆலை, அவர்களுக்கு ஒரு நல்ல வழிகாட்டியாக அமைந்தது.

இதற்குள், லட்சுமி மிட்டல் குடும்பத்தினர் சிறு நகரமான சுரபயாவிலிருந்து, இந்தோனேஷியத் தலைநகரம் ஜகார்தாவுக்குக் குடிபெயர்ந்திருந்தார்கள். மகன் ஆதித்யா அங்கிருந்த அமெரிக்கப் பள்ளியில் சேர்ந்து படித்துக்கொண்டிருந்தான்.

சிறுவயதிலிருந்தே, அப்பா, தாத்தா இருவரின் சாயல்களும் ஆதித்யாமீது விழுந்திருந்தன. வார இறுதி நாள்களில் ஆலைக்குச் சென்று, அங்கே நடக்கும் விஷயங்களை கவனித்துவந்தான். இதுதவிர, வாய்ப்புக் கிடைக்கும்போதெல்லாம் தாத்தா மோகன் லால் மிட்டல் அவனுக்கு பிஸினஸ் கதைகளையும், தான் சந்தித்த போராட்டங்களையும் விரிவாகச் சொல்லிவந்தார்.

இதனிடையே, 'இண்டோ இஸ்பாத்' ஆலையில், லட்சுமி மிட்டல் ஒரு பெரிய பிரச்னையைச் சந்தித்துக்கொண்டிருந்தார். இந்தப் பிரச்னை, முந்தாநாள் சாயந்திரம் திடீரென்று முளைத்த விவகாரம் இல்லை, பல வருடங்களாக அவர்களுடைய ஆலையைத் தொல்லைப்படுத்திக்கொண்டிருந்த, நிரந்தரத் தீர்வு எதுவும் தென்படாத ஒற்றைத் தலைவலி.

௬. தீவில் ஒரு கால்

இந்தோனேஷியாவில் லட்சுமி மிட்டல் சந்தித்துக் கொண்டிருந்த அந்தப் பிரச்னையை முழுமையாகப் புரிந்துகொள்ள வேண்டுமானால், இரும்பு உற்பத்தியின் சில அடிப்படை விஷயங்களைப் பார்த்துவிடவேண்டும்.

இதுவரை 'இரும்பு' என்கிற பொதுப்பெயரைப் பயன்படுத்திக் கொண்டிருந்தாலும், உண்மையில் லட்சுமி மிட்டலின் இந்தோனேஷிய ஆலை தயாரித்துக்கொண்டிருந்ததெல்லாம், ஸ்டீல் *(Steel)* என்று அழைக்கப்படும் 'உருக்கு' எனும் விசேஷ வகை இரும்புதான்.

Iron (இரும்பு), *Steel* (உருக்கு) ஆகிய இரண்டுமே ஒரே குடும்பத்தைச் சேர்ந்தவைதான். எனினும், பலர் நினைப்பதுபோல், அவை இரண்டும் ஒன்றல்ல. அவற்றினிடையே ஒரு நுட்பமான வேறுபாடு இருக்கிறது.

மண்ணில் கிடைக்கும் இரும்பு, ஆக்ஸிஜன், கந்தகம் போன்றவற்றுடன் இணைந்து, ஆக்ஸைட் அல்லது சல்ஃபைட் வடிவத் தாதுக்களாகதான் தோண்டியெடுக்கப்படுகிறது. இதனை நேரடியாகப் பயன்படுத்துவது முடியாது.

ஆகவே, இந்த இரும்புத் தாதுவில் இருந்து ஆக்ஸிஜனையோ, கந்தகத்தையோ பல்வேறு முறைகளில் பிரித்து எடுக்கிறார்கள். அதன்பிறகுதான், சுத்தமான இரும்பு கிடைக்கிறது.

ஆனால், இந்த இரும்பும், நம்முடைய தேவைகள் அனைத்துக்கும் அப்படியே பயன்படுவதில்லை. உதாரணமாக, சில கட்டுமானப் பணிகளுக்குத் தேவையான இரும்பு, இன்னும் சற்றுக் கடினமாக இருக்கவேண்டும், வேறு சில பணிகளுக்கு, நீட்டக்கூடிய வகை இரும்பு தேவைப்படுகிறது.

இப்படி மனிதனுக்கு வகைவகையாக ஏகப்பட்ட தேவைகள். ஆனால் இந்த அப்பாவி இரும்போ, அதன் வேதியியல் குணங்களுக்குக் கட்டுப்பட்டிருப்பது, எல்லாத் தேவைகளையும் நிறைவேற்றக்கூடிய மாயாஜாலம் அதற்குத் தெரியாது.

ஆகவே, பரிசுத்தமான இரும்பில், கொஞ்சம் மாசு கலந்து, அதை நமது தேவைக்கேற்பப் பயன்படுத்திக்கொள்ளலாம் என்று கண்டுபிடித்தார்கள். இந்த வழிமுறையில் தயாராகும் பொருளுக்கு, ‘உலோகக் கலவை’ *(Alloy)* என்று பெயர்.

அதாவது, முன்பு, இரும்புடன் கலந்திருந்த தேவையற்ற மாசுக்களான ஆக்ஸிஜன், கந்தகம் போன்றவற்றைச் சிரமப்பட்டு நீக்கினோம். இப்போது, அதில் வேறு சில ‘நல்ல’ மாசுக்களை, அதாவது, நமக்குப் பயனளிக்கக்கூடிய மாசுக்களைக் கலந்து, வேறொரு உலோகக் கலவையைத் தயாரிப்பது.

இது ஒன்றும் புதிய வழிமுறை அல்ல. 24 காரட் தங்கத்தில் நம் விருப்பம்போல நகை செய்யமுடியாது என்பதால், அதில் கொஞ்சம் மாசு கலந்து, 22 காரட் தங்கமாக்கிப் பயன்படுத்துகிறோமே, அதேபோல்தான், இங்கேயும் இரும்பை நம் தேவைக்கேற்ப மாசுபடுத்திப் பயன்படுத்துகிறோம்.

பொதுவாக, இப்படி இரும்புடன் கலக்கப்படும் உபயோகமான பொருள், கார்பன்.

அதாவது, இரும்புடன் ஒரு குறிப்பிட்ட விகிதத்தில் கார்பனைக் கலந்து வேதி வினை புரியச் செய்யும்போது, ஓர் உலோகக் கலவை கிடைக்கிறது. இதைத்தான் பொதுவாக உருக்கு *(Steel)* என்று அழைக்கிறார்கள்.

இதில் விசேஷம் என்னவென்றால், இந்த வேதி வினையின்போது, கலக்கப்படும் கார்பனின் அளவை அதிகரித்தாலோ, குறைத்தாலோ, வெவ்வேறு வகைப் பண்புகளை உடைய

விதவிதமான உலோகக் கலவைகளைப் பெறமுடியும். இதேபோல், இரும்பு, கார்பனுடன் வேறு சில பொருள்களையும் கலந்து, விசேஷ வகை உலோகக் கலவைகளைத் தயாரிக்கலாம்.

உதாரணமாக, இரும்பில் அதிக அளவு கார்பன் கலக்கும்போது, கடினமான, ஆனால் எளிதில் உடையக்கூடிய ஒரு வகை உலோகக் கலவை கிடைக்கிறது. இதேபோல், குரோமியம் கலந்த இரும்பு, துருப்பிடிக்காத 'ஸ்டெய்ன்லெஸ் ஸ்டீல்' *(Stainless Steel)* எனும் உலோகக் கலவையாகிறது.

சுருக்கமாகச் சொன்னால், பூமியில் நேரடியாகக் கிடைக்கும் இரும்புத் தாது, முதலில் மாசு நீக்கப்பட்டு, இரும்பாகிறது, பின்னர் அதனுடன் வேறு வேதிப் பொருள்கள் கலக்கப்பட்டு, உருக்கு என்னும் உலோகக் கலவையாகி, பயன்படுத்தப்படுகிறது.

ஆகவே, இரும்புத் தாதுவிலிருந்து இரும்பு உற்பத்தி செய்வதற்கு, இரும்புடன் பல்வேறு வழிமுறைகளில் கார்பன் உள்ளிட்ட பொருள்களைக் கலந்து வேதி வினை புரியச்செய்வதற்கு, உருவாகும் உருக்கைக் கம்பிகளாகவோ, தகடுகளாகவோ நீட்டுவதற்கு என்று பல்வேறு பணிகளைச் செய்யும் வெவ்வேறு வகை ஆலைகள் உலகெங்கும் உள்ளன.

அந்தவகையில், இந்தோனேஷியாவில், லட்சுமி மிட்டல் தொடங்கி நிர்வகித்துக்கொண்டிருந்த 'இண்டோ இஸ்பாத்' ஆலை, கட்டுமானப் பணிகளுக்குப் பயன்படும் உருக்குக் கம்பிகள் மற்றும் பிற கட்டுமானப் பொருள்களைத் தயாரித்துக்கொண்டிருந்தது. இந்த ஆலைக்கு முக்கியமான மூலப் பொருள் என்று பார்த்தால், இரும்புத் தாது அல்ல, இரும்பு. அதாவது, ஏற்கெனவே தாது வடிவத்திலிருந்து பிரித்து எடுத்துச் சுத்தம் செய்யப்பட்ட இரும்புடன், வெவ்வேறு வகை வேதிப்பொருள்களைக் கலந்து, தேவைப்படும் வடிவத்தில் உருக்குப் பொருள்களைத் தயாரித்துக்கொண்டிருந்தார்கள்.

ஆகவே, ஆலையின் தொடர்ந்த இயக்கத்துக்கும் உற்பத்திக்கும், இரும்பு அவசியம் தேவைப்பட்டது. ஒருவேளை இரும்பு தொடர்ந்து கிடைக்காவிட்டால், ஆலையின் செயல்திறன் மொத்தமும் வீணாகிவிடுவது சாத்தியம்தான்.

ஆரம்பகாலத்தில், உள்ளூரிலேயே ஸ்க்ராப் *(Scrap)* எனப்படும் கழித்துக்கட்டப்பட்ட இரும்புத் துண்டு சமாசாரங்கள் எங்கே கிடைக்கிறது என்று கண்டறிந்து, அவற்றைத் தங்களின் மூலப்பொருளாகப் பயன்படுத்திக்கொண்டிருந்தார்கள்.

ஸ்க்ராப் என்பது, உண்மையில் கழித்துக் கட்டப்பட்ட இரும்புகள்தான். வீணான, எதற்கும் பயன்படாத இரும்புப் பொருள்களைக் குறைந்த விலைக்கு வாங்கி, அவற்றை உடைத்து, மறுசுழற்சிக்குப் பயன்படுத்துவார்கள்.

ஆனால், இந்தக் காயலான் கடை இரும்புச் சமாசாரங்களுக்கு, ஒரு மிகப் பெரிய உலக சந்தை இருக்கிறது என்பதுதான் ஆச்சரியம். இதற்கு முக்கியக் காரணம், உலகிலேயே அதிக அளவு மறுசுழற்சி செய்யப்படும் பொருள், இரும்புதான்.

அதாவது, உடைத்த இரும்பை வாங்கி, அதிலிருந்து உருக்கு தயாரித்து, தகடுகளாகவோ, கம்பிகளாகவோ செய்து, பயன் படுத்தி, பழையதாக்கி, கழித்துக்கட்டி, மீண்டும் உடைத்து - இந்தச் சுழற்சி தினந்தோறும் உலகெங்கும் நடந்துகொண்டிருக்கிறது.

மற்ற பல உருக்கு ஆலைகளைப் போலவே, லட்சுமி மிட்டலும் இந்த ஸ்க்ராப் சமாசாரங்களைத்தான் அதிக விலை கொடுத்து வாங்கி உருக்கு தயாரித்துக்கொண்டிருந்தார். இந்த முறையில் லாபத்துக்குக் குறைச்சல் இல்லை, எனினும், ஒரு விஷயம் அவரை மிகவும் உறுத்திக்கொண்டிருந்தது.

உலக அளவில் ஸ்க்ராப் விலை அநியாயத்துக்கு ஏறிக்கொண்டிருந்தது. ஆனால், அதை யார் தீர்மானிக்கிறார்கள், எதனால் ஏறுகிறது, எதனால் இறங்குகிறது என்று எந்த விவரமும் யாருக்கும் தெரியவில்லை. இப்படி தினந்தோறும், அவர்கள் சொல்கிற விலையைக் கொடுத்து மூலப்பொருள் வாங்கிக்கொண்டிருந்தால், இது எங்கே சென்று முடியும் என்று யோசித்தார் அவர்.

அதாவது, நம்முடைய ஆலையின் உற்பத்தியையும் லாபத்தையும் இன்னொருவர் தீர்மானிப்பது எப்படிச் சரியாகும்? அவர்களைச் சார்ந்து நம்முடைய தொழில் அமைகிறது என்றால், எங்கேயோ பிரச்னை இருக்கிறது என்று அவருக்குத் தோன்றியது.

ஆகவே, இந்த ஸ்க்ராப் இல்லாமல், உருக்கு தயாரிக்கமுடியாதா என்று சிந்திக்கத் தொடங்கினார் லட்சுமி மிட்டல். வெவ்வேறு மூலப்பொருள்கள், தயாரிப்பு வழிமுறைகள், தொழில்நுட்பங்கள் ஆகியவற்றை அலசிப் பார்க்கலானார்.

அப்போது, அவருக்கு ஒரு நல்ல தீர்வு கிடைத்தது. அதன் பெயர் DRI (Direct Reduced Iron). DRI என்பது லட்சுமி மிட்டல் கண்டுபிடித்த தொழில்நுட்பம் அல்ல. அவருக்குமுன்பே இதனைப் பலர் பயன்படுத்திக் கொண்டிருந்தார்கள். ஆனால், அதற்கு உரிய முக்கியத்துவம் கொடுத்து, ஒரு மிகப் பெரிய வெற்றி சூத்திரமாகவே உருவாக்கியவர் லட்சுமி மிட்டல்தான்.

அதாவது, உலக அளவில், ஸ்க்ராப் விற்கிறவர்கள்தான் உருக்கு ஆலைகளின் லாப, நஷ்டங்களை தீர்மானிக்கிறார்கள் என்கிற நிலைமையை மாற்றி, அவர்களைக் கொஞ்சமும் சார்ந்திராமல் உருக்கு ஆலைகளைப் பெரிய அளவில் வெற்றிகரமாக நடத்தமுடியும், அதன்மூலம் கூடுதல் லாபமும் சம்பாதிக்கமுடியும் என்று சந்தேகத்துக்கு இடமில்லாமல் நிரூபித்ததுதான், அவருடைய முக்கியமான சாதனை.

இந்த DRI முறையில் அப்படி என்ன வித்தியாசம்?

மற்ற உருக்குத் தயாரிப்பு முறைகளில், ஏற்கெனவே பயன்படுத்தப்பட்ட பழைய இரும்பை மூலப்பொருளாகப் பயன்படுத்தி, மறுசுழற்சி முறையில் உருக்கு தயாரிப்பார்கள். ஆனால், DRI முறையில் அப்படியில்லாமல், சுத்தம் செய்யப்பட்ட இரும்புத் தாதுவே மூலப்பொருளாகப் பயன்படுகிறது.

அதாவது, இரும்பு ஆக்ஸைட் என்ற, பொடி / தூள் வடிவத்தில் கிடைக்கும் தாதுப்பொருளை எடுத்துக்கொண்டு, இயற்கை வாயுக்களைப் பயன்படுத்தி அதிலுள்ள ஆக்ஸிஜன் குறைக்கப்படுகிறது (Reduction). இப்படிக் கிடைக்கும் இரும்புத் தாது (DRI - Direct Reduced Iron) அதிகச் சுத்தமானது, உருக்குத் தயாரிப்புக்கு அதனை நேரடி மூலப்பொருளாகப் பயன்படுத்தமுடியும்.

ஸ்க்ராப் வகை மூலப்பொருள்களுடன் ஒப்பிடுகையில், DRI விலை குறைவானது. ஆனால், அதிக சுத்தமானது, வளமானது

(Purer & Richer) என்பதால், அதிலிருந்து அதிக அளவு உருக்கு தயாரிக்கமுடியும். எனவே, சிறிய அளவிலான உருக்கு மினிமில்களுக்கு மிகவும் பொருத்தமான மூலப்பொருள் இது.

உண்மையில், இந்த *DRI* வழிமுறை கண்டறியப்பட்டதற்குக் காரணமே, உலக அளவில் ஸ்க்ராப் விலை அதிகரித்துக்கொண்டே சென்றதுதான். ஒருகட்டத்தில் அதன் விலை டன்னுக்கு 110 டாலர் என்கிற அளவுக்கு உயர்ந்திருந்ததால், உருக்கு ஆலைகள் வேறு வகை மூலப்பொருள்கள், புதிய தொழில்நுட்பங்கள் கிடைக்குமா என்று தேடஆரம்பித்தார்கள்.

இந்தச் சமயத்தில்தான், *DRI* என்ற புதிய தொழில்நுட்பமும், அதனை உருக்குத் தயாரிப்புக்குப் பயன்படுத்தமுடியும் என்கிற விஷயமும் பரவலாகத் தெரியத்தொடங்கியது. ஒரு டன் *DRI* இரும்பின் விலை, வேறு எந்த மூலப்பொருளின் விலையையும்விட மூன்றில் ஒரு பங்குவரை குறைவு என்பதால், பல உருக்கு ஆலைகள் இதனை முயன்றுபார்க்கலாம் என்று நினைத்தார்கள்.

லட்சுமி மிட்டலும், தனது 'இண்டோ இஸ்பாத்' ஆலைக்கு, *DRI* வகை இரும்பை மூலப்பொருளாகப் பயன்படுத்தலாம் என்று முடிவுசெய்து, தங்களுக்கு *DRI* விற்பனை செய்யக்கூடியவர்கள் யார் என்று தேடஆரம்பித்தார்.

இந்தத் தேடலில், அவர் எதிர்பார்த்ததுபோல் யாரும் சீக்கிரத்தில் கிடைத்துவிடவில்லை. சில இடங்களில் விலை ஒத்துப்போகவில்லை, சில இடங்களில் மூலப்பொருளின் தரம் உயர்வானதாக இல்லை, வேறு சில இடங்கள், இந்தோனேஷியாவிலிருந்து வெகு தொலைவில் இருந்தன.

இப்படிப் பல இடங்களில் பேச்சுவார்த்தைகள் நடத்தி, தொடர்ந்து ஏமாற்றத்தையே சந்தித்த லட்சுமி மிட்டல், ஒருகட்டத்தில், நாமே சொந்தமாக ஒரு *DRI* ஆலை அமைத்துவிட்டால் என்ன என்றுகூட யோசித்தார்.

இதற்காக, அவர் தாய்லாந்தில் ஓர் இடத்தைத் தேர்ந்தெடுத்து, ஆரம்ப வேலைகளைத் தொடங்கினார். ஆனால், ஏனோ அந்த முயற்சிகள் தொடரவில்லை. இன்னொரு வெளிநாட்டு

முதலீட்டுக்கு அப்போது இஸ்பாத் தயாராக இல்லை என்பதை இதற்கு ஒரு காரணமாகச் சொல்லலாம்.

தாய்லாந்து *DRI* தொழிற்சாலைக்கான முயற்சிகள் நின்றுபோனபிறகு, மீண்டும் பழையபடி *DRI* வழங்குநர்களை மும்முரமாகத் தேடஆரம்பித்தார் லட்சுமி மிட்டல். இதன் பலனாக, டிரினிடாட் மற்றும் டொபகோ தீவுகளில் உள்ள ஒரு நிறுவனத்துடன், ஓர் ஒப்பந்தம் கையெழுத்தானது.

'வெஸ்ட் இண்டீஸ்' என்று சொல்லப்படும் மேற்கு இந்தியத் தீவுகளின் ஒரு பகுதியான டிரினிடாட், டொபகோ இரண்டும், சுற்றுலாவுக்குப் புகழ்பெற்ற தீவுக் கூட்டங்கள். கிரிக்கெட் ஆர்வமும் இங்கே அதிகம், உலகப் புகழ்பெற்ற கிரிக்கெட் வீரரான பிரைன் லாரா இங்கே பிறந்தவர்தான்.

இந்தப் பகுதியில், இஸ்காட் *(ISCOTT - Iron and Steel Company of Trinidad and Tobago)* என்ற பெயரில் இயங்கிவந்த பொது நிறுவனம்தான், லட்சுமி மிட்டலின் இந்தோனேஷிய ஆலைக்கு *DRI* வழங்க ஒப்புக்கொண்டது.

இஸ்காட் நிறுவனமும் 'இண்டோ இஸ்பாத்' நிறுவனமும் கிட்டத்தட்ட ஒரே நேரத்தில் தொடங்கப்பட்டவைதான். எனினும், இஸ்காட் ஓர் அரசு நிறுவனம் என்பதால், அதற்குரிய சில தடுமாற்றங்களைச் சந்தித்துக்கொண்டிருந்தது.

டிரினிடாட், டொபகோ பகுதிகளில் உள்ள எண்ணைக் கிணறுகளிலிருந்து எண்ணை எடுக்கும்போது, பலவிதமான இயற்கை வாயுக்கள் வெளிப்படுகின்றன. இவற்றை வீணாக்காமல், *DRI* உற்பத்திக்குப் பயன்படுத்தலாம் என்று எண்ணிய உள்ளூர் அரசாங்கம், ஒரு *DRI* தொழிற்சாலையையும், அதிலிருந்து தயாரிக்கப்படும் *DRI* மூலப்பொருளைப் பயன்படுத்தும்விதமாக ஓர் உருக்காலையையும் அமைத்தது.

நல்ல திட்டம்தான். ஆனால், அதைச் செயல்படுத்திய நேரம்தான் பொருந்தவில்லை. எண்பதுகளின் மத்தியில், உலகப் பொருளாதாரமே லேசாக ஆட்டம் கண்டுகொண்டிருந்ததால், இஸ்காட் ஆலைகள் ஒவ்வொன்றும் பெரிய அளவில் நஷ்டத்தைச் சந்திக்கத் தொடங்கின.

இதையடுத்து, ஆலைகளின் நிர்வாகத்தைத் தனியார்வசம் ஒப்படைக்கலாம் என்று தீர்மானித்தார்கள். ஆஸ்திரியாவைச் சேர்ந்த *'Voest-Alpine Industries'* மற்றும் ஜெர்மனியைச் சேர்ந்த *'Hamburger Stahlwerke'* ஆகிய இரு நிறுவனங்களும் இந்தப் பொறுப்பை ஏற்றுக்கொண்டன.

ஆனால், இவர்கள் பொறுப்பேற்றபிறகும்கூட ஆலைகளின் செயல்திறன், உற்பத்தி, செலவுகளில் பெரிய வித்தியாசங்கள் எதுவும் இல்லை. முன்புபோலவே, பெரிய அளவில் நஷ்டம் தொடர்ந்துகொண்டிருந்தது.

இந்தச் சூழலில்தான், இஸ்காட் நிறுவனத்திடமிருந்து, *DRI* வாங்குவதற்கான ஒப்பந்தத்தில் கையெழுத்திட்டார் லட்சுமி மிட்டல். கொஞ்சம் கொஞ்சமாக, மேற்சொன்ன விவரங்கள் அனைத்தையும் தெரிந்துகொண்டார்.

உண்மையில், அப்போது அவருடைய தேவை *DRI* இரும்பு மட்டுமாகத்தான் இருந்தது. முக்கியமான அந்த மூலப்பொருள் தொடர்ந்து கிடைக்காவிட்டால், தன்னுடைய இந்தோனேஷிய ஆலை பாதிக்கப்படும் என்பதால்தான், மேற்கிந்தியத் தீவுகள்வரை சென்று, இப்படி ஓர் ஒப்பந்தத்தைச் செய்துகொண்டார்.

ஆனால் அதேசமயம், தனக்கென்று சொந்தமாக ஒரு *DRI* தொழிற்சாலை இருந்தால், ரொம்ப வசதி என்றும் அவருக்குத் தோன்றிக்கொண்டிருந்தது. முன்பு இரும்புக் கழிவு விற்பனையாளர்களைச் சார்ந்து தொழில் நடத்தினோம், இப்போது *DRI* உற்பத்தியாளர்களைச் சார்ந்து இயங்குகிறோம், இதற்குமேலும் இந்தக் கதையைத் தொடராமல், நம்முடைய தொழிலை நாமே முழுவதுமாகக் கட்டுப்படுத்தும் அளவுக்கு வளரவேண்டும் என்று நினைத்தார் லட்சுமி மிட்டல்.

ஆகவே, இஸ்காட் நிறுவனத்தின் ஆலைகளை விலைக்கு வாங்கிவிட்டால் என்ன என்று தீவிரமாக யோசிக்கத் தொடங்கியிருந்தார் அவர். இத்தனை ஆண்டுகளாக, அப்பாவின் கட்டளைக்குப் பணிந்து இயங்கிக்கொண்டிருந்த லட்சுமி மிட்டல், சொந்தமாக எடுத்த மிக முக்கியமான முடிவு இது.

அதற்கு ஏற்றாற்போல், இஸ்காட் நிறுவனமும் எதைத் தின்றால்

பித்தம் தெளியும் என்றுதான் தடுமாறிக்கொண்டிருந்தது. நிலைமையைச் சமாளித்துக் கரையேற்றுவதற்கு யாரேனும் வரமாட்டார்களா என்றுதான் அவர்களும் பிரார்த்தனை செய்துகொண்டிருந்தார்கள்.

இதனிடையே, எண்பதுகளின் இறுதியில், ஆஸ்திரிய - ஜெர்மனி நிறுவனங்களுடனான இஸ்காட்டின் ஒப்பந்தம் நிறைவுக்கு வந்தது. அதைப் புதுப்பிக்கலாமா, வேண்டாமா என்று இருதரப்பினரும் யோசித்துக்கொண்டிருந்தார்கள்.

அப்போது இஸ்காட் நிறுவனத்திடமிருந்து DRI மூலப்பொருளை வாங்கி, இந்தோனேஷியாவில் உருக்கு தயாரித்துக்கொண்டிருந்த லட்சுமி மிட்டல், தனது இஸ்பாத் நிறுவனத்தை மேலும் விரிவாக்குவதன் ஒரு படியாக, இஸ்காட் நிர்வாகத்தை ஏற்று நடத்த விரும்புவதாகத் தெரிவித்தார்.

முந்தைய நிர்வாகத்தில் அவ்வளவாகத் திருப்தியடையாத டிரினிடாட், டொபகோ அரசாங்கம், இந்தமுறை லட்சுமி மிட்டலுக்கு ஒரு வாய்ப்புக் கொடுத்துப் பார்ப்பது என்று தீர்மானித்தார்கள், ஆகவே, 'இஸ்பாத்' நிறுவனத்தின் டெண்டர் கோரிக்கை ஏற்றுக்கொள்ளப்பட்டதாக அறிவிப்பு வெளியானது. அதிகாரப்பூர்வமான ஒப்பந்தம் ஒன்று தயாரானது.

இந்த ஒப்பந்தத்தின்படி, அடுத்த பத்து ஆண்டுகளுக்கு (1989 முதல் 1999 வரை) இஸ்காட் நிர்வாகத்தை இஸ்பாத் நிறுவனத்தின் சார்பில் லட்சுமி மிட்டல் ஏற்று நடத்துவார். இதற்காக, அவர்கள் வருடம் 11 மில்லியன் டாலர்கள் அரசாங்கத்துக்குச் செலுத்தவேண்டும். அதற்குமேல் வருகிற லாபம் அல்லது நஷ்டம் எல்லாமே, இஸ்பாத்துக்கு.

அதுமட்டுமில்லை. பத்து வருட ஒப்பந்தத்தின் இடையே, அதாவது ஐந்து ஆண்டுகளுக்குப்பிறகு, அதுவரையிலான இஸ்பாத் நிர்வாகத்தில் அரசுக்கு முழுத் திருப்தி உண்டானால், அவர்கள் நிர்ணயிக்கிற விலையைக் கொடுத்து இஸ்காட் ஆலைகளை இஸ்பாத் விலைக்கு வாங்கிக்கொள்ளலாம்.

என்னதான் இஸ்காட் நஷ்டத்தில் இயங்கிக்கொண்டிருந்தாலும், இப்படி ஒரு பெரிய ஆலையின் நிர்வாகத்தை, யாரோ ஒரு

மூன்றாம் நபரிடம் சும்மா தூக்கிக் கொடுத்துவிடமாட்டார்கள். அந்தவகையில், வரலாற்று முக்கியத்துவம் வாய்ந்த இந்த ஒப்பந்தம், இந்தத் துறையில் பெரிய அளவு அனுபவமில்லாத லட்சுமி மிட்டலுக்குக் கிடைத்தது கொஞ்சம் ஆச்சரியம்தான்.

இதற்கு முக்கியக் காரணம், இஸ்காட் உற்பத்தி செய்யும் DRI இரும்பு வகையை, லட்சுமி மிட்டல் இந்தோனேஷியாவில் தொடர்ந்து பயன்படுத்திக்கொண்டிருந்ததுதான். அதாவது, அங்கே அவர்களுடைய சொந்த 'இண்டோ இஸ்பாத்' ஆலையின் வெற்றிகரமான இயக்கத்துக்கு, இங்கே இஸ்பாட் தொடர்ந்து இயங்கிக்கொண்டிருப்பது முக்கியம் என்பதால், இவர்கள் இஸ்காட்டை நல்லபடியாக நிர்வகிப்பார்கள் என்று அந்த ஊர் அரசாங்கம் நம்பியது.

லட்சுமி மிட்டலும் கிட்டத்தட்ட அதேமாதிரியான ஒரு கணக்கைதான் மனத்தில் வைத்திருந்தார். மூலப்பொருளுக்காக யாரோ ஒரு கோயிஞ்சாமியைச் சார்ந்திருப்பதைவிட, இரண்டும் நம்முடைய கட்டுப்பாட்டில் இருந்தால், அதிக லாபம் சம்பாதிக்கலாம் என்பது அவருடைய எண்ணமாக இருந்தது.

இதன்படி, இருதரப்பினரிடையே ஒப்பந்தம் கையெழுத்தானது. இஸ்காட் நிறுவனத்தின் DRI உற்பத்தி ஆலைகள் மற்றும் உருக்கு இரும்பு ஆலைகள் அனைத்தின் மொத்த நிர்வாகம், லட்சுமி மிட்டல் கைக்கு வந்தது.

அப்போதைய நிலைமையில், இந்த ஆலைகள் அனைத்திலுமாகச் சேர்த்து, ஒரு நாளுக்கு எத்தனை லட்சம் ரூபாய் நஷ்டமாகிறது என்று கணக்குப் பார்த்தார் லட்சுமி மிட்டல். மூச்சைப் பிடித்துக்கொண்டு, நிர்வாக, உற்பத்திச் செலவுகள் ஒவ்வொன்றாகக் குறைக்கஆரம்பித்தார்.

7. அடுத்த படி

1989 மே மாதம், டிரினிடாட், டொபகோ தீவுகளில், லட்சுமி மிட்டல் பொறுப்பேற்றுக்கொண்ட 'இஸ்காட்' ஆலைகள் ஒவ்வொன்றிலும், ஏகப்பட்ட பிரச்னைகள், தலைவலிகள் அவருக்காகக் காத்திருந்தன.

ஏற்கெனவே இரு வெளிநாட்டு நிறுவனங்கள் அந்த ஆலைகளை நடத்த முயன்று, பெரிய அளவில் தோல்வியடைந்திருந்தன. இந்த நிலைமையில், நஷ்டங்களுக்கு முழுப் பொறுப்பு ஏற்கிறேன் என்று சொல்லி, லட்சுமி மிட்டல் அதன் நிர்வாகத்தை ஏற்றுக்கொண்டது, கொஞ்சம் ஆபத்தான விஷயம்தான்.

ஆனால், லட்சுமி மிட்டலுக்கும் இதுபோன்ற ஒரு சவால் தேவைப்பட்டது. எத்தனை காலத்துக்குதான் இந்தோனேஷியாவிலேயே குதிரை ஓட்டிக்கொண்டிருப்பது? நிஜமாகவே சர்வதேசச் சந்தையில் குறிப்பிடத்தக்க அளவில் கால் பதிக்கவேண்டுமானால், வெளி முதலீடுகளை அதிகரிக்க வேண்டும், அதற்கு இது ஒரு நல்ல வாய்ப்பு என்று கருதினார் அவர்.

அதாவது, மோகன் லால் மிட்டல் எந்த நோக்கத்துக்காக லட்சுமி மிட்டலை இந்தோனேஷியாவுக்கு அனுப்பினாரோ, அந்த லட்சியத்தை நிறைவேற்றுவதன் அடுத்த கட்டமாக,

அவருடைய இந்தப் புதிய முயற்சியைச் சொல்லமுடியும். இத்தனை ஆண்டுகளாக ஒரு புதிய ஆலையைத் தொடங்கி நடத்திய அனுபவம், இங்கே தடுமாறும் ஓர் ஆலையைச் சரி செய்ய உதவும் என்று லட்சுமி மிட்டல் உறுதியாக நம்பினார். தவிர, இதில் வெற்றியடைந்தால், மேலும் பல இடங்களில் இதை முயன்று பார்க்கிற நம்பிக்கையும் தானாக வரும்.

என்னதான் பெரிய ஆலைகள், நவீன தொழில்நுட்பம் என்றாலும், அங்கே உள்ளவர்கள் சரியானமுறையில் அவற்றைப் புத்திசாலித்தனமாகப் பயன்படுத்தாதவரை, எல்லாமே நஷ்டமாகதான் முடியும் என்பதை இந்தோனேஷியாவில் அனுபவப்பூர்வமாக உணர்ந்திருந்த லட்சுமி மிட்டல், முதல் வேலையாக, அலுவலர்கள், பொறியாளர்கள், பணியாளர்கள் எல்லோரையும் கூப்பிட்டு உட்காரவைத்து, ஒழுங்காக இரும்பு தயாரிப்பது எப்படி என்று வகுப்பு நடத்த விரும்பினார்.

ஆனால், அதை உடனடியாகச் செயல்படுத்தமுடியாதபடி, முந்தைய நிர்வாகம் ஏகப்பட்ட அநாவசியத் தடைகளை உண்டாக்கிவைத்திருந்தது. உதாரணமாக, ஆலைகளின் தினசரி நிர்வாகத்துக்காக, அறுபது ஜெர்மானிய மேலாளர்கள் நியமிக்கப்பட்டிருந்தார்கள், இவர்கள் ஒவ்வொருவருக்கும் ஏகப்பட்ட சம்பளம் தரப்பட்டுக்கொண்டிருந்தது.

இதை கவனித்த லட்சுமி மிட்டல், உடனடியாக அவர்கள் எல்லோரையும் வீட்டுக்கு அனுப்பினார். அவர்களுக்குபதிலாக, இந்தியாவிலிருந்து திறமைசாலிகளாகவும் அனுபவஸ்தர்களாகவும் அறுபது பேரைக் கொண்டுவந்தார், முந்தைய மேலாளர்களோடு ஒப்பிடுகையில், இவர்களுடைய சம்பளம் மிக மிகக் குறைவு.

இன்றுவரை லட்சுமி மிட்டல் வெற்றிகரமாகப் பின்பற்றிவரும் வழிமுறை இது. இந்தியாவில் *SAIL* போன்ற பொதுத்துறை நிறுவனங்களில் பணியாற்றிய, இரும்பு உற்பத்தியில் அனுபவம் மிக்க திறமைசாலிகளைத் தேர்ந்தெடுத்து, ‘இஸ்பாத்’ பொறுப்பேற்கும் வெளிநாட்டு ஆலைகளுக்கு அவர்களை ஏற்றுமதி செய்துவிடுகிறார்கள். இதன்மூலம், அவர்களுக்கும் சந்தோஷம், லட்சுமி மிட்டலுக்கும் குறைந்த செலவில், நிறைந்த நிர்வாகம் சாத்தியப்படுகிறது.

'இஸ்காட்' என்ற பழைய பெயரை மாற்றி, கரீபியன் இஸ்பாத் லிமிடெட் *(CIL - Caribbean Ispat Ltd)* என்று புதுப் பெயர் சூட்டப்பட்ட இந்த ஆலைகளின் நிர்வாகத்துக்குத் தலைமைப் பொறுப்பாளராக லட்சுமி மிட்டல் தேர்ந்தெடுத்தவர், ராம் மிஸ்ரா. இந்தியாவில் 'ஹிந்துஸ்தான் காப்பர்' என்ற நிறுவனத்தில் பணியாற்றிய இவர், CIL நிறுவனத்தின்மூலம் லட்சுமி மிட்டல் அடைந்த மிகப் பெரிய வெற்றிகளுக்கு முக்கியக் காரணமாக அமைந்தார்.

இதேபோல், கரீபியன் இஸ்பாத் வெற்றிக்குப் பின்னணியில் இயங்கிய இன்னொரு முக்கிய நபர், ஜெர்மனியைச் சேர்ந்த இரும்பு நிபுணரான டாக்டர். ஜொஹனஸ் சிடார்ட் *(Dr Johannes Sittard)*. பின்னாள்களில் லட்சுமி மிட்டலின் 'நம்பர் 2' என்று வர்ணிக்கப்பட்ட பெரும்புள்ளி இவர்.

CIL நிர்வாகத்தின் பொறுப்புகளை இஸ்பாத் நிபுணர்கள் ஏற்றதும், உடனடியாக அனைத்து ஆலைகளையும் கண்காணித்துச் சரி செய்யும் ரிப்பேர் வேலைகள் தொடங்கின. ஏனெனில், 'இஸ்காட் நிர்வாகத்தை இஸ்பாத் ஏற்றுக்கொண்டபோது, அங்கிருந்த மொத்த ஆலைகளில் பாதிக்குமேல் உயிரில்லாமல்தான் இயங்கிக்கொண்டிருந்தன', என்கிறார் ராம் மிஸ்ரா.

ஆகவே, ஒவ்வோர் ஆலையிலும் என்ன நடக்கிறது, என்ன நடக்கவில்லை, ஏன் நடக்கவில்லை, எந்தெந்தத் தொழில் நுட்பங்கள் பயன்படுத்தப்படுகிறது, அதைவிட நவீனமான, பயன் அதிகமுள்ள தொழில்நுட்பங்கள் உண்டா, ஆம் எனில், அதைச் செயல்படுத்த என்ன செலவாகும் - இப்படிப் பல கோணங்களில் ஆய்வுகள் நடைபெற்றன.

சில ஆலைகளில் ஏற்கெனவே நன்கு இயங்கிக்கொண்டிருந்த இயந்திரங்கள், வழிமுறைகளில்கூட, சில கோளாறுகள் இருப்பது கண்டுபிடித்துச் சரி செய்யப்பட்டது. வேறு சில ஆலைகளில், முற்றிலும் புதிய தொழில்நுட்பங்களை நிறுவவேண்டியிருந்தது.

இப்படிப் பழையதைப் புதுப்பிப்பது, புதிய விஷயங்களைக் கொண்டுவருவது, பணியாளர்களுக்கு இவற்றில் முழுமையான பயிற்சியளிப்பது என்று லட்சுமி மிட்டல் ஏகப்பட்ட செலவு செய்யவேண்டியிருந்தது.

இந்தக் கூடுதல் செலவுகளுக்கு லட்சுமி மிட்டல் தயாராகவே இருந்தார். ஏனெனில், ஓர் உருக்கு ஆலை சரியாக இயங்கவில்லை என்றால், அதற்குத் தாற்காலிகத் தீர்வுகள் கண்டறிவதில் எந்தப் பிரயோஜனமும் இல்லை, சிக்கனம் பார்க்காமல், இருப்பதிலேயே சிறந்த தொழில்நுட்பம், தலைசிறந்த உற்பத்தி முறைகள் என்று நன்றாகச் செலவு செய்து, பிரச்னையை நிரந்தரமாகத் தீர்ப்பதுதான் புத்திசாலித்தனம் என்பதை அவர் நன்றாகப் புரிந்துகொண்டிருந்தார்.

ஆகவே, இந்தோனேஷியாவில் இஸ்பாத்தின் முதல் ஆலையைத் தலைகீழாகப் புரட்டிப்போட்டது போன்ற மாற்றங்களையும் விரிவாக்கங்களையும் இங்கேயும் பார்த்துப் பார்த்துச் செய்தார்கள். உற்பத்தியாகும் பொருள்களின் தரத்தில் சமரசமே கூடாது, ஆனால், அது ஒன்றைத்தவிர மிச்சமிருக்கும் எல்லாச் செலவுகளையும் முடிந்தவரை குறைக்கவேண்டும் என்பதுதான் ஒரே நோக்கம்.

லட்சுமி மிட்டல் பொறுப்பேற்பதற்குமுன், இதேபோல் பழைய இஸ்காட் ஆலைகளைப் பார்வையிட்டு, மாற்றங்களைப் பரிந்துரை செய்வதற்காக சில நிபுணர் குழுக்கள் அமெரிக்காவிலிருந்தும் ஜெர்மனியிலிருந்தும் வந்திருந்தன.

ஆனால், இந்தக் குழுக்கள் எவற்றாலும், இஸ்காட்டின் தலையெழுத்தை மாற்றியெழுதமுடியவில்லை. இந்த ஆலை அழிவின் திசையில் சென்றுகொண்டிருக்கிறது, இதைத் தவிர்க்க எதுவுமே செய்யமுடியாது என்று சொல்லாமல் சொல்லிவிட்டுக் கிளம்பிவிட்டார்கள் அந்த நிபுணர்கள்.

நல்லவேளையாக, இதுபோன்ற கணிப்புகளை லட்சுமி மிட்டலோ, அவருடைய நிர்வாகக் குழுவினரோ நம்பவில்லை. தேவைப்படும் முதலீடுகளையும் மாற்றங்களையும் உடனடியாகச் செய்து, உற்பத்தியில் கட்டுப்பாடான செயல்முறைகளைப் பின்பற்றி, ஒரே ஆண்டுக்குள் ஆலைகளின் மொத்த உற்பத்தியைக் கிட்டத்தட்ட இருமடங்காக உயர்த்திவிட்டார்கள்.

முதல் வருடத்தின் இறுதியில், அரசுக்குச் செலுத்திய பதினொரு மில்லியன் டாலர்கள் போக, இஸ்பாத் நிறுவனத்துக்கும் ஒரு சிறிய லாபம் கிடைத்தது. இந்தத் தெம்புடன், இரண்டாவது

ஆண்டிலும் நிர்வாகத்தில் அதே ஒழுங்கைப் பின்பற்றியது இஸ்பாத்.

அதன்பிறகு, அவர்கள் திரும்பிப் பார்க்கவேண்டிய அவசியமே ஏற்படவில்லை. ஒவ்வோர் ஆண்டிலும் உற்பத்திச் செலவுகளைக் குறைத்து, தரத்தை மேம்படுத்தி, பெரிய அளவில் லாபம் அடைந்தார்கள்.

இதில் விசேஷம் என்னவென்றால், வெறுமனே கத்திரியும் கையுமாக செலவுகளைக் குறைப்பதோடு நின்றுவிடாமல், ஆலைகள் ஒவ்வொன்றையும் அவற்றின் முழுச் செயல்திறனில் இயக்கவேண்டும் என்பதில் லட்சுமி மிட்டல் மிகுந்த கவனம் செலுத்தினார்.

இதற்குக் காரணம், இரும்பு ஆலை என்பது சாதாரண விஷயம் இல்லை. மற்ற தொழில்களோடு ஒப்பிடுகையில், இதற்கு மிக அதிக முதலீடும் அனுபவமும் தேவைப்படுகிறது. அப்படிப்பட்ட ஒரு யானையை விலை கொடுத்து வாங்கிவிட்டு, சரியாகவும் முழுமையாகவும் பயன்படுத்திக்கொள்ளாவிட்டால், அதன் தீனிச் செலவு நமக்குதானே நஷ்டம்?

அதுமட்டுமில்லை, உலக அளவில் இரும்பு மற்றும் உருக்குக்கான தேவை எப்போதும் அதிக அளவில் இருக்கிறது. ஆகவே, அதை நாம் எந்த அளவு பூர்த்தி செய்கிறோம் என்பது நம்முடைய சாமர்த்தியம்தான்.

இப்படி எந்தக் கோணத்தில் பார்த்தாலும், ஆலையை அதன் முழுச் செயல்திறனில் இயக்குவதுதான் புத்திசாலித்தனம் என்பதில் தெளிவாக இருந்த லட்சுமி மிட்டல், CIL நிறுவனத்தின் சார்பில் பலவகை உருக்கு இரும்புகளைத் தயாரித்து, புதுப்புது வாடிக்கையாளர்களையும் தேடிப் பிடிக்கஆரம்பித்தார்.

இஸ்பாத் மற்றும் டிரினிடாட், டொபகோ அரசுகளுக்கு இடையிலான ஒப்பந்தப்படி, ஐந்து வருட இறுதியில், தற்போது நிர்வகித்துவரும் ஆலைகளை விலைக்கு வாங்கிக்கொள்கிற உரிமை இஸ்பாத் நிறுவனத்துக்கு உண்டு.

1994ம் ஆண்டில், அதுவரையிலான இஸ்பாத் நிர்வாகத்தில் தங்களுக்கு முழுத் திருப்தி என்று தெரிவித்த அரசாங்கம்,

அதனை இஸ்பாத் நிறுவனத்துக்கு விற்கச் சம்மதம் தெரிவித்தது.

இதையடுத்து, 1994ம் ஆண்டு இறுதியில், அதுவரை கரீபியன் இஸ்பாத் நிறுவனத்தை நிர்வகித்துவந்த இஸ்பாத் குழுமம், அதனை விலைக்கு வாங்கிக்கொண்டது. அந்தக் குழுமத்தின் வரலாற்றில், மிக முக்கியமான முதலீடு இது. இதன்மூலம், உலக இரும்புச் சந்தையில் இஸ்பாத் குழுமத்தின் பங்களிப்பு அதிகரித்தது, பன்னாட்டு இரும்பு நிறுவனம் ஒன்றை நிறுவவேண்டும் என்கிற மோகன் லால் மிட்டலின் கனவு நனவானது.

ஆனால், மோகன் லால் மிட்டலோ, அவரது மகன்களோ இந்த சந்தோஷத்தை முழுமையாக அனுபவிக்கமுடியாதபடி, ஒரு குடும்பப் பிரச்னை.

௮. பிரிவினை

இஸ்பாத் நிறுவனம் என்பது, முழுக்க முழுக்க மோகன் லால் மிட்டலின் கனவு.

அந்தக் காலத்தில், இந்தியாவில் அமர்ந்துகொண்டு, ஒரு சர்வதேச / பன்னாட்டு நிறுவனத்தைக் கற்பனை செய்தவர்கள் மிகக் குறைவு. அதுவும், இரும்பு உற்பத்திபோல், உலகமயமாக்கல் அவ்வளவாகச் சாத்தியப்படாத ஒரு தொழிலில், வலுவான அளவுக்கு வளரவேண்டும், நிறைய நாடுகளுக்கு ஏற்றுமதி செய்யவேண்டும், பல தேசங்களில் தொழில் தொடங்கவேண்டும் என்றெல்லாம் மோகன் லால் மிட்டல் ஆசைப்பட்டது உண்மையிலேயே பெரிய விஷயம்தான்.

இதெல்லாம், வெறும் கற்பனை, ஆசை, கனவு என்று ஒதுக்கிவிடமுடியாது. மோகன் லால் மிட்டலின் இந்தச் சிந்தனை, எந்த அளவுக்குப் பலனளித்தது என்பதைப் புரிந்துகொள்ளவேண்டுமானால், இதே துறையைச் சேர்ந்த இன்னோர் உதாரணத்தைப் பார்க்கவேண்டும்.

டாடா குழுமத்தின் இரும்பு மற்றும் உருக்கு நிறுவனமான டிஸ்கோ *(TISCO)*, *1912*ம் ஆண்டு தொடங்கப்பட்டது. எழுபதுகளின் இறுதியில் மோகன் லால் மிட்டல் 'இஸ்பாத்'

நிறுவனத்தைத் தொடங்கியபோது, ஏற்கெனவே இந்தியாவின் குறிப்பிடத்தக்க இரும்பு உற்பத்தியாளர்களில் ஒருவராகப் புகழ்பெற்றிருந்தது டிஸ்கோ.

அதாவது, இஸ்பாத் தொடங்கப்பட்டபோது, டிஸ்கோ என்பது மிகப் பெரிய தனியார் நிறுவனம். அவர்களோடு ஒப்பிடுகையில், இஸ்பாத் சின்னஞ்சிறிசாக அப்போதுதான் மெல்ல நடைபழகிக்கொண்டிருந்தது.

எனினும், அப்போது இந்தியாவில் தனியார் முதலீடுகளுக்கு இருந்த கட்டுப்பாடுகள், இருவரையும் ஒரேமாதிரியாகத்தான் பாதித்தன. விரும்பினாலும், கன ரக இரும்பு ஆலைகளில் புதிய முதலீடுகளைச் செய்யமுடியாதபடி தடுமாறினார்கள் அவர்கள்.

அப்போதுதான், புதிய நிறுவனமான இஸ்பாத், வெளிநாட்டில் முதலீடு செய்வது என்று தீர்மானித்தது. இந்தோனேஷியாவில் முதல் ஆலை தொடங்கியது, இந்த ஆலையின் வெற்றிக்குப்பிறகு, லட்சுமி மிட்டலின் வழிகாட்டுதலில், படிப்படியாக மேலே சென்றுவிட்டது. இன்று உலகின் மிகப் பெரிய உருக்கு சாம்ராஜ்யம் லட்சுமி மிட்டலுடையது.

தற்போது, டாடாவின் டிஸ்கோ நிறுவனம் சுமார் ஐந்து மில்லியன் டன்கள் உருக்கு இரும்பைத் தயாரிக்கிறது. ஆனால் லட்சுமி மிட்டலின் இஸ்பாத் இண்டர்நேஷனல் / மிட்டல் ஸ்டீல், எழுபது மில்லியன்களைக் கடந்து உலகச் சந்தையில் மிகப் பெரிய பங்களிப்பை வழங்கிக்கொண்டிருக்கிறது.

அதாவது, முப்பது ஆண்டுகளுக்குமுன், கிட்டத்தட்ட பூஜ்ஜியத்தில் தொடங்கிய ஒரு நிறுவனம், இந்தத் துறையில் தொண்ணூறு வருட அனுபவம் கொண்டவர்களைத் தாண்டி, மிகப் பெரிய உயரங்களுக்குச் சென்றிருக்கிறது என்றால், அத்தனைக்கும் அடிப்படையாக அமைந்தது, மோகன் லால் மிட்டலின் தொலைநோக்குப் பார்வையும், லட்சுமி மிட்டலின் தைரியமான, புத்திசாலித்தனமான அணுகுமுறைகளும்தான்.

1994ம் ஆண்டுவரை, இஸ்பாத் நிறுவனத்தின் தலைவரான அப்பா மோகன் லால் மிட்டலின் வழிகாட்டுதலைப் பின்பற்றித்தான்

இயங்கிவந்தார் துணைத் தலைவரான லட்சுமி மிட்டல். குறிப்பாக, இந்தோனேஷியாவில் லட்சுமி மிட்டல் பெற்ற அனுபவங்கள் அனைத்தின் பின்னணியிலும் அவருடைய அப்பாவின் நேரடி / மறைமுகப் பங்களிப்பு உண்டு.

பின்னர், எண்பதுகளின் இறுதியில், டிரினிடாட், டொபகோவில் இஸ்காட் ஆலைகளின் நிர்வாகத்தை இஸ்பாத் நிறுவனம் ஏற்றுக்கொண்டபோது, அந்த ஒப்பந்தம், லட்சுமி மிட்டல் சுயமாக எடுத்த முதல் முக்கிய முடிவு என்று வர்ணிக்கப்பட்டது. எனினும், மோகன் லால் மிட்டலும் அதுதொடர்பான பணிகளில் ஆர்வத்துடன் பங்கேற்றிருப்பதாகத் தெரிகிறது.

இஸ்காட் ஆலைகளின் நிர்வாகப் பணிகளுக்காக, இந்தியா விலிருந்து அனுபவம் மிக்க மேலாளர்களைத் தேர்ந்தெடுத்து அனுப்பியதாக மோகன் லால் மிட்டல் ஒரு பேட்டியில் குறிப்பிட்டிருக்கிறார்.

அதன்பின்னரும், இஸ்பாத் நிறுவனத்தின் சார்பில் இதேபோன்ற வேறு பல புதிய முதலீடுகளைச் செய்தார் லட்சுமி மிட்டல். தொண்ணூறுகளில் அவருடைய முக்கிய வேலையே, நசிந்த உருக்கு ஆலைகளைக் கண்டறிந்து, அவற்றைக் குறைந்த விலைக்கு வாங்கி, தட்டிக் கொட்டிச் சரி செய்து, மீண்டும் லாபகரமாக இயங்கச்செய்வதாகவே இருந்தது.

இப்படி லட்சுமி மிட்டல் உலகெங்கும் ஏகப்பட்ட முதலீடுகளைச் செய்துகொண்டிருந்தபோது, மோகன் லால் மிட்டல், இஸ்பாத் மறுபடி இந்தியச் சந்தையில் கவனம் செலுத்தவேண்டும் என்று விரும்பினார்.

ஏனெனில், தொண்ணூறுகளின் முற்பகுதியில், இந்தியாவின் அப்போதைய நிதி அமைச்சரான டாக்டர். மன்மோகன்சிங் வழிகாட்டுதலில், பலவிதமான பொருளாதாரச் சீர்திருத்தங்கள் ஏற்பட்டுக்கொண்டிருந்தன. இந்திய அரசின் இந்த தாராளமயமாக்கல் கொள்கையை நாம் பயன்படுத்திக் கொள்ளவேண்டும் என்று விரும்பினார் மோகன் லால் மிட்டல்.

அதாவது, எழுபதுகளில், தனியாருக்குப் பலவிதமான கட்டுப்பாடுகளை விதித்தார்கள். ஆகவே, நாம் வெளியே

செல்லவேண்டியதாயிற்று. இப்போது அவர்கள் கொள்கைகளை மாற்றிக்கொண்டிருக்கிறார்கள். எனவே, நாமும் திரும்பிச் செல்லவேண்டும், இந்தியாவில் நிறைய முதலீடு செய்யவேண்டும் என்று நினைத்தார் மோகன் லால் மிட்டல், இந்த விஷயத்தில்தான் அப்பாவுக்கும் மகனுக்கும் கருத்து வேறுபாடு ஏற்பட்டிருப்பதாகத் தெரிகிறது.

இதேபோல், லட்சுமி மிட்டல் இப்படிப் பல வெளிநாடுகளில் முதலீடு செய்வது, இஸ்பாத் பங்குதாரரர்களான அவரது மற்ற இரு சகோதரர்களுக்கும் அவ்வளவாகச் சம்மதமில்லை. தெரியாத இடத்தில் பெரிய அளவில் பணத்தை முடக்குவது ஆபத்து என்று அவர்கள் கருதியிருக்கலாம்.

சமீபத்தில் லட்சுமி மிட்டல் உலகின் இரண்டாவது பெரிய உருக்குத் தயாரிப்பாளரான ஆர்செலர் *(Arcelor)* நிறுவனத்தை வாங்க முயன்றபோது, அவரது இதுபோன்ற செயல்பாடுகள் தனக்கு மிகவும் ஆச்சரியமளிப்பதாகத் தெரிவித்துள்ளார் மோகன் லால் மிட்டல். இதேபோல், லட்சுமி மிட்டலின் வேறு சில 'தைரியமான' முதலீடுகளையும் குறிப்பிட்டு, 'நான் அந்த இடத்தில் இருந்திருந்தால், அப்படிச் செய்திருக்கமாட்டேன்', என்றும் அவர் பேசியதுண்டு.

'என் மகன் உலகின் இரும்புச் சந்தையில் இத்தனை பெரிய இடத்தைப் பிடிப்பான் என்று நான் எப்போதும் நினைத்ததில்லை', என்று சொல்லும் மோகன் லால் மிட்டல், 'ஆரம்பத்திலிருந்தே, எதையும் ஆக்கிரமிப்பு செய்து ஜெயிப்பதுதான் அவனுக்குப் பிடிக்கும், ஆபத்து வரக்கூடிய விஷயங்களில்கூட, தைரியமாக இறங்குவதுதான் அவனுடைய பாணியாக இருந்தது', என்கிறார். இது பாராட்டா, அல்லது விமர்சனமா என்று தெரியவில்லை.

இந்த விஷயத்தில், லட்சுமி மிட்டலுக்கும் மற்ற 'இஸ்பாத்' உறுப்பினர்களுக்கும் இடையே மாறுபட்ட கருத்துகள் இருந்திருப்பது உறுதியாகத் தெரிகிறது. தைரியமாகப் பல நாடுகளில் முதலீடு செய்து, தங்களின் உருக்கு சாம்ராஜ்யத்தை மளமளவென்று விரிவுபடுத்தவேண்டும் என்று 'அலெக்ஸாண்டர்'தனமாக லட்சுமி மிட்டல் எண்ணியிருக்கையில், இத்தனை வேகமும் அவசரமும் தேவையா

என்று அவரது தந்தை, சகோதரர்கள் கருதியிருக்கிறார்கள்.

இதுபற்றி இருதரப்பினரும் வெளிப்படையாகப் பேச விரும்புவதில்லை. எனினும், தொண்ணூறுகளின் மத்தியில் லட்சுமி மிட்டலுக்கும் அவரது குடும்பத்தைச் சேர்ந்த மற்றவர்களுக்கும் இடையே பிளவு ஏற்பட்டுவிட்டதுமட்டும் உண்மை.

1976ல் இந்தோனேஷியாவுக்குச் சென்றபிறகு, லட்சுமி மிட்டலின் கவனம் முழுவதும், 'இண்டோ இஸ்பாத்' நிறுவனத்தில்தான் குவிந்திருந்தது. அங்கே ஓரளவு அனுபவம் பெற்றபிறகும் பிற வெளிநாட்டு முதலீடுகளில்தான் ஆர்வம் காட்டினாரேதவிர, இந்திய முதலீடுகளைப்பற்றி அவர் யோசிக்கவே இல்லை.

எனவே, 1994ம் ஆண்டு, மிட்டல் குடும்பத்தின் இரும்பு முதலீடுகள் அனைத்தும், இரண்டு பாகங்களாகப் பிரிவினை செய்யப்பட்டன - வெளிநாட்டு முதலீடுகள், உள்நாட்டு முதலீடுகள்.

'இஸ்பாத் இண்டர்நேஷனல்' என்ற பெயரில் தொடங்கப்பட்ட சர்வதேசப் பிரிவுக்கு, லட்சுமி மிட்டல் பொறுப்பேற்றார். உள்நாட்டுப் பிரிவுக்கு, அவருடைய சகோதரர்கள் பிரமோத் மற்றும் வினோத் இருவரும் பொறுப்பேற்றனர்.

இதுபற்றி லட்சுமி மிட்டல் பேசுகையில், 'கடந்த ஐந்து ஆண்டுகளில், இஸ்பாத் நிறுவனம் நாங்கள் எதிர்பார்த்ததைக்காட்டிலும், மிகப் பெரிதாக வளர்ந்துவிட்டதால், அதனை ஒருவரே நிர்வகிப்பது என்பது இனிமேல் சாத்தியமில்லை. ஆகவேதான், உள்நாட்டு, வெளிநாட்டுப் பிரிவுகளை ஏற்படுத்தினோம்', என்கிறார்.

ஆனால், தவிர்க்கமுடியாத அந்தப் பிரிவினைக்குப் பிறகு இன்றுவரை, லட்சுமி மிட்டல் தன்னுடைய சகோதரர்களின் 'இஸ்பாத்' இந்தியப் பிரிவின் செயல்பாடுகள்பற்றிப் பேசுவதுகூட இல்லை. அவர்களும் அவ்வாறே.

இந்த பாகப்பிரிவினை, ஒருவிதத்தில் லட்சுமி மிட்டலுக்கு நன்மையாகவே அமைந்தது. ஏனெனில், 'இஸ்பாத் இண்டர்நேஷனல்' என்ற தனி அமைப்பு உருவானபிறகு, அவர் தனது பன்னாட்டு முதலீடுகளைச் சுதந்தரமாகச்

செய்யமுடிந்தது. அதேசமயம், லட்சுமி மிட்டல் தன்னுடைய அப்பாவின் திட்டங்களைமட்டும் அப்படியே நிறைவேற்றுகிறார் என்று சொல்லி, அவருடைய தனித்தன்மையைச் சந்தேகித்த எதிர்ப்பாளர்களும் விமர்சகர்களும் வாயை மூடிக்கொண்டார்கள்.

அதன்பிறகுதான், லட்சுமி மிட்டலின் செயல்திறன் பலமடங்கு அதிகரித்தது. வரிசையாக, உலகம் முழுவதும் தனது ஆலைகளைத் தொடங்கி வெற்றிகரமாக நடத்தலானார் அவர். கண்மூடித் திறப்பதற்குள், மிகப் பெரிதாக வளர்ந்துவிட்டார்!

இந்த வளர்ச்சியைப் புரிந்துகொள்ளவேண்டுமானால், ஒரே ஒரு சின்னக் கணக்கு போதும் - 'இஸ்பாத் இண்டர்நேஷனல்' நிறுவனம் அமைக்கப்பட்டபோது, சுமார் ஐந்து மில்லியன் டன்கள்வரை உருக்கு உற்பத்தி செய்துகொண்டிருந்த லட்சுமி மிட்டல், அடுத்த பத்து ஆண்டுகளில் தனது குழுமத்தின் மொத்த உற்பத்தித் திறனை எழுபது மில்லியன் டன்களுக்கு உயர்த்திவிட்டார்.

இந்தக் காலகட்டம்தான் லட்சுமி மிட்டலின் வணிக வாழ்க்கையில் மிக முக்கியமானது. தனது உருக்கு சாம்ராஜ்யத்தை உலகெங்கும் விரிவுபடுத்திக்கொள்வதற்காக அவர் தேர்ந்தெடுத்த வழிமுறைகளும், அதை நிஜமாக்குவதற்கு அவர் பின்பற்றிய நுணுக்கமான செயல்திட்டங்களும், அவருடைய அபாரமான செயல்திறனும், அசாத்தியமான வேகமும் பல துறை சார்ந்த தொழில் முனைவோரை வியந்து பாராட்டவைத்திருக்கிறது.

ஏனெனில், இந்த வெற்றிகள் எவையும், அதிர்ஷ்டத்தினால் சட்டென்று வந்துவிட்டவை அல்ல. 'இஸ்பாத் இண்டர்நேஷனல்' நிறுவனத்தின் சார்பில் லட்சுமி மிட்டல் வாங்கிய ஒவ்வோர் ஆலையிலும் வெவ்வேறு பிரச்னைகள், புதுப்புது சவால்கள், போதாக்குறைக்கு இந்த ஆலைகள் ஒவ்வொன்றும், உலகின் வெவ்வேறு மூலைகளில் அமைந்தவை என்பதையும் கவனிக்கவேண்டும்.

இப்படி முற்றிலும் மாறுபட்ட கலாசாரங்கள், பண்பாடுகள், பழக்கவழக்கங்கள், மொழிகளுக்கிடையே, பிரச்னைகளைப்

பொறுமையாகச் சந்தித்து, சமாளித்து, கவனம் சிதறாமல் ஜெயித்ததுதான், லட்சுமி மிட்டலின் மிக முக்கியமான சாதனை.

இங்கேதான், தனது இந்திய வேர்களை மறக்காமல் குறிப்பிடுகிறார் லட்சுமி மிட்டல். நம் நாட்டிலும் இதுபோல் பல மொழிகள், மதங்கள், கலாசாரப் பிரிவுகள் இருப்பதால், இங்கே வளர்ந்தவர்கள், உலகில் எந்தச் சூழலையையும் இதே கண்ணோட்டத்துடன் அணுகிச் சமாளிக்கமுடியும் என்கிறார் அவர்.

இதற்குச் சாட்சியாக, இஸ்காட் அனுபவத்துக்குப்பின், மெக்ஸிகோவில் நஷ்டப்பட்டுக்கொண்டிருந்த ஓர் ஆலையில், லட்சுமி மிட்டல் குழுவினர் போராடி ஜெயித்த கதையைச் சொல்லலாம்.

௯. உலகம் சுற்றி

இந்தோனேஷியாவில் தொடங்கி, பின்னர் டிரினிடாட், டொபகோ ஆலைகளையும் சேர்த்து இயக்கத்தொடங்கியபிறகும்கூட, லட்சுமி மிட்டலின் இஸ்பாத் குழுமத்துடைய மொத்த உருக்கு உற்பத்தி மிகச் சிறிய அளவில்தான் இருந்தது.

எண்ணிக்கை அளவில் அவர்கள் ஒரு மிகப் பெரிய பாய்ச்சலை நிகழ்த்தியது, 1992ம் ஆண்டு. அப்போதுதான், மெக்ஸிகோவில், வருடத்துக்குச் சுமார் இரண்டு மில்லியன் டன்கள்வரை உற்பத்தி செய்யக்கூடிய பெரிய உருக்காலை ஒன்றை விலைக்கு வாங்கி நடத்தத்தொடங்கினார் லட்சுமி மிட்டல்.

'சிகார்ட்ஸா' (Sicartsa) என்ற பொதுப் பெயரில் அழைக்கப்பட்ட அந்த ஆலைகளின் கதையைக் கேட்டால், அடுத்த பத்து வருடங்களுக்கு லட்சுமி மிட்டலின் செயல்திட்டம் என்ன என்பது தெளிவாகப் புரிந்துவிடும்.

மெக்ஸிகோ அரசுக்குச் சொந்தமான இந்த 'சிகார்ட்ஸா' ஆலைகள், எண்பதுகளின் முற்பகுதியில் விரிவுபடுத்தப்பட்டன. அந்நாட்டின் மிகப் பெரிய உருக்கு ஆலைகளில் ஒன்றான இவற்றில், முற்றிலும் நவீன தொழில்நுட்பங்களைக் கொண்டு, தரமான உருக்குக் குழாய்களைப் பெரிய அளவில் தயாரித்து விற்பதாகத் திட்டம்.

உலக அளவில் எண்ணை எடுக்கிற / சுத்திகரிக்கிற தொழில்கள் அதிவேகத்தில் வளர்ந்துகொண்டிருந்த காலகட்டம் அது. ஆகவே, அவர்களுக்குப் பயன்படும்படியான உயர்தரக் குழாய்களைத் தயாரித்தால், நல்ல லாபம் சம்பாதிக்கலாம் என்று மெக்ஸிகோ அரசு நினைத்திருந்தது.

ஆனால், அவர்களுடைய கெட்ட நேரம், இரண்டு பில்லியன் டாலர்களுக்குமேல் செலவுசெய்து ஆலையை நன்றாக விரிவுபடுத்தியபிறகு, அதுவரை அபத்திரமாக ஊதிப் பருத்துக்கொண்டிருந்த உலக எண்ணைக் குமிழ், திடீரென்று வெடித்துவிட்டது, அதேசமயம், அவர்களுடைய உள்நாட்டுப் பொருளாதாரத்திலும் சரிவு ஏற்பட்டிருந்தது.

இப்படிப் பல காரணங்களால், 'சிகார்ட்ஸா'மீது மெக்ஸிகோ அரசால் முழு கவனம் செலுத்தமுடியவில்லை. எனவே, பல விரிவாக்கப் பணிகள் கடைசிக் கட்டத்தில் முடக்கி வைக்கப்பட்டன.

இதனால், மிக பிரம்மாண்டமான அளவில் உற்பத்தியைத் தொடர்ந்திருக்கவேண்டிய 'சிகார்ட்ஸா', தனது உற்பத்தித் திறனில் கால் வாசியைக்கூட முழுசாகப் பயன்படுத்தமுடியாமல் திணறியது. அப்படித் தயாரான உருக்குப் பொருள்களும் சரியாக விற்பனையாகவில்லை, அதீத செலவுகள், ஆனால், மிகக் குறைந்த விற்பனை என்னும் கொடுமையான நஷ்டச் சுழலில் சிக்கிக்கொண்டது சிகார்ட்ஸா.

நிலைமையை இன்னும் மோசமாக்குவதுபோல், மெக்ஸிகோ அரசும் ஆலை நிர்வாகமும் ஒருவர்மீது மற்றவர் குற்றம் சாட்ட ஆரம்பித்தார்கள். மோசமான இந்த நஷ்டத்துக்கு யார் காரணம் என்று ஆளாளுக்குச் சண்டையிட்டுக்கொண்டிருக்கையில், பேசாமல் இந்த ஆலையை யாரேனும் ஒரு தனியாரிடம் ஒப்படைத்துவிடலாம் என்று முடிவு செய்தது அரசு.

இந்தச் சமயத்தில்தான், லட்சுமி மிட்டல் குழுவினர் டிரினிடாட், டொபகோ தீவுகளில் கரீபியன் இஸ்பாத் நிறுவனத்தை நஷ்டப் பாதையிலிருந்து லாபத்துக்குக் கொண்டுவந்து வெற்றியடைந்திருந்தார்கள். இதுபற்றிக் கேள்விப்பட்ட மெக்ஸிகோ

அரசு, 'சிகார்ட்ஸா' ஆலைகளுக்கான ஏலத்தில் பங்கு பெறும்படி இஸ்பாத் நிறுவனத்தை அழைத்தது.

அந்த ஏலத்தில், இஸ்பாத் நிறுவனத்தைத்தவிர, மேலும் இரண்டு உருக்கு நிறுவனங்கள் கலந்துகொண்டன. இவர்கள் ஒவ்வொருவரும், 'சிகார்ட்ஸா'வை மீண்டும் லாபகரமாக இயங்கச்செய்வதற்கான தங்களின் செயல்திட்டத்தைச் சமர்ப்பிக்கவேண்டும். இந்தத் திட்டங்களையும், இதற்காக அவர்கள் செலவிடத் தயாராக இருக்கும் தொகையையும் கணக்கில் வைத்து, மெக்ஸிகோ அரசு அதனை யாருக்கு விற்பது என்று முடிவுசெய்யும்.

'சிகார்ட்ஸா'வை வாங்குவது என்று முடிவெடுத்ததும், உடனடியாகத் தனது நிபுணர் குழு ஒன்றை மெக்ஸிகோவுக்கு அனுப்பினார் லட்சுமி மிட்டல். இந்தக் குழுவில் இடம்பெற்றிருந்த அனைவரும், இஸ்பாத்தின் இந்தோனேஷியா மற்றும் கரீபியன் ஆலைகளில் பணிபுரிந்துகொண்டிருந்தவர்கள், வெவ்வேறு துறைகளில் திறமைசாலிகள்.

இவர்களைத் தேர்ந்தெடுத்து மெக்ஸிகோவுக்கு அனுப்பிவைத்த லட்சுமி மிட்டல், எல்லோரிடமும் ஒரு விஷயத்தைத் தெளிவாகச் சொல்லியிருந்தார், அது நம்முடைய ஆலை என்று நினைத்துக்கொள்ளவேண்டும், நமது ஆலை நஷ்டத்தில் இயங்கினால் எப்படி கவனமாகவும் விரைவாகவும் செயல்பட்டு சரி செய்வோமோ, அப்படிப்பட்ட தனி அக்கறையுடன், மாற்றுத் திட்டங்களைத் தயார் செய்யவேண்டும்.

இந்த நோக்கத்துடன் மெக்ஸிகோ வந்திறங்கிய இஸ்பாத் குழு, பல சிறு பிரிவுகளாகப் பிரிக்கப்பட்டது. நிதி நிர்வாகம், சந்தைப்படுத்துதல், விற்பனை, மேலாண்மை, செலவுகளைக் கட்டுப்படுத்துவது என்று ஆளாளுக்கு ஒரு விஷயத்தை எடுத்துக்கொண்டு, அதில் முழு கவனம் செலுத்த ஆரம்பித்தார்கள்.

இவர்கள் ஒவ்வொருவரும், தங்களுடைய துறை சார்ந்த விஷயங்களில் 'சிகார்ட்ஸா'வின் இப்போதைய நிலைமையை முழுமையாக ஆய்வு செய்யவேண்டும். இந்த ஆய்வில் அவர்கள்

கவனித்து அறிந்துகொண்ட விஷயங்கள், நிறைகுறைகள், பிரச்னைகள், அவற்றுக்கான தீர்வுகள் என்று எல்லாவற்றையும் விரிவான அறிக்கையாகத் தயாரித்து சமர்ப்பிக்கவேண்டும்.

பொதுவாக, இதுபோல் எந்தத் தொழிலில் என்னவிதமான பிரச்னை ஏற்பட்டாலும், இப்படிப் பல துறை சார்ந்த நிபுணர்களை வரவழைத்து, அவர்களுடைய கருத்துகளையும் சிபாரிசுகளையும் கேட்பது வழக்கம்தான். ஆனால், இப்படிச் சிபாரிசு செய்யப்படுகிற தீர்வுகளைச் செயல்படுத்துவது அத்தனை சுலபமில்லை.

காரணம், தீர்வு சொல்கிற இந்த நிபுணர்கள், ஆலோசகர்கள் யாரும், அதை நிஜத்தில் செயல்படுத்தப்போவதில்லை. எனவே, தங்களுக்குச் சாத்தியமாகத் தோன்றுவதையெல்லாம் சிபாரிசு செய்துவிட்டு, ஆலோசனைக் கட்டணத்தை வாங்கிக்கொண்டு கிளம்பிவிடுவார்கள். அதன்பின், அந்தத் தீர்வுகளை யதார்த்தத்தில் செயல்படுத்த முயலும்போது ஆயிரக்கணக்கான, லட்சக்கணக்கான புதுப் பிரச்னைகள் உருவாகும்.

இப்படி யதார்த்தமில்லாத அறிக்கைகள், சிபாரிசுகளால் எந்தப் பலனும் கிடைக்கப்போவதில்லை என்பதை நன்றாகப் புரிந்துகொண்டிருந்த லட்சுமி மிட்டல், மெக்ஸிகோவில் தன்னுடைய இந்த இஸ்பாத் நிபுணர் குழுவினர் செய்யும் சிபாரிசுகள் அனைத்தையும், நாளைக்கு அவர்களேதான் செயல் படுத்தவேண்டியிருக்கும் என்று உறுதியாகச் சொல்லியிருந்தார்.

அதாவது, உங்களுடைய அறிக்கையில் புத்திசாலித்தனமாக எதையேனும் சொல்லவேண்டும் என்பதற்காக, யதார்த்தத்தில் சாத்தியமில்லாத அபத்தமான தீர்வுகளைச் சிபாரிசு செய்யாதீர்கள். பின்னால், அதை நிஜத்தில் நிரூபித்துக்காட்ட வேண்டியது நீங்களேதான், அப்போது அவதிப்படுவீர்கள்.

இந்த விஷயம் எல்லோருக்கும் தெளிவாகச் சொல்லப்பட்டிருந்த தால், மெக்ஸிகோவில் சிகார்ட்ஸா ஆலைகளை ஆய்வு செய்த இஸ்பாத் நிபுணர் குழுக்களின் அறிக்கைகள் அனைத்தும், எளிமையான, சுலபத்தில் செயல்படுத்தக்கூடிய, ஆனால் நிச்சயமாக நல்ல பலன்களைத் தரக்கூடிய தீர்வுகள்,

சிபாரிசுகளைக் கொண்டிருந்தன.

அதுமட்டுமின்றி, முக்கியமான சில விஷயங்களை இரு வேறு குழுக்களுக்கு ஒதுக்கி, இருவரின் அறிக்கைகளையும் நன்றாக ஒப்பிட்டுப்பார்த்து, அலசியபிறகுதான் இறுதி முடிவு எடுக்கப்பட்டது. இதன்மூலம், அநாவசியமான ஊகங்கள், தவறுகள் தவிர்க்கப்பட்டன.

இப்படி எல்லாக் குழுக்களின் கருத்துகளையும் தொகுத்துப்பார்த்தபோது, சில விஷயங்கள் தெளிவாகப் புரிந்தன – தொழில்நுட்பரீதியில், நவீன கட்டமைப்பில் உன்னதமான ஆலைகள்தான், பணிபுரியும் தொழிலாளர்களும், இளம் வயதினர், திறமைசாலிகள்தான். ஆனால், இயந்திரங்கள், செயல்முறைகள் சார்ந்த பல தினசரிப் பிரச்னைகளால் உற்பத்தி பாதிக்கப்படுகிறது, ஆகவே, ஆலைகள் அவற்றின் மொத்தச் செயல்திறனில் இருபது சதவிகிதம்தான் செயல்படுகின்றன. இதை கவனித்துச் சரி செய்தால், நிலைமையை நிச்சயமாகச் சமாளித்துவிடலாம்.

தனது நிபுணர்களிடமிருந்து, இப்படி ஓர் உறுதியான வார்த்தைக்காகத்தான் காத்திருந்தார் லட்சுமி மிட்டல். உடனடியாக, தனிக் குழுக்களின் சிபாரிசுகளைத் தொகுத்து, விரிவான செயல்திட்டம் உருவாக்கப்பட்டது. இதனை மெக்ஸிகோ அரசிடம் சமர்ப்பித்த இஸ்பாத் நிறுவனம், 'சிகார்ட்ஸா'வை 220 மில்லியன் டாலர்களுக்கு வாங்கிக்கொள்ள விரும்புவதாகத் தெரிவித்தது.

220 மில்லியன் டாலர் என்பது, மெக்ஸிகோ அரசு இந்த ஆலைகளுக்காக அதுவரை செலவிட்டிருந்த தொகையில் பத்தில் ஒரு பங்கு. என்னதான் நஷ்டத்தில் மூழ்கிக்கொண்டிருக்கும் ஆலைகள் என்றாலும், இந்த விலை அடிமாட்டுத்தரமானதுதான்.

எனினும், இஸ்பாத் நிறுவனத்தின் தெளிவான செயல்திட்டம் மெக்ஸிகோ அரசை மிகவும் கவர்ந்தது. ஏற்கெனவே இஸ்பாத் நிறுவனம் மேற்கிந்தியத் தீவுகளில் இதேபோன்ற ஓர் அரசு சார்ந்த உருக்காலையை வெற்றியடையச் செய்திருந்த அனுபவத்தாலும், இப்போது மெக்ஸிகோவில் அதிக அளவு

ஆள்குறைப்பு செய்யாமலேயே, ஆலையை லாபகரமாக இயங்கச் செய்வதற்கான நல்ல திட்டம் ஒன்றைச் சமர்ப்பித்திருப்பதாலும், ‘சிகார்ட்ஸா’ ஆலைகளை, இஸ்பாத் நிறுவனத்துக்கு விற்பனை செய்யத் தீர்மானித்தது மெக்ஸிகோ அரசு.

கொஞ்சம் கடன், கொஞ்சம் சொந்தக் காசு என்று 25 மில்லியன் டாலர்கள் பணமாகச் செலுத்தி, ‘சிகார்ட்ஸா’ ஆலைகளை இஸ்பாத் நிறுவனத்துடன் இணைத்தார் லட்சுமி மிட்டல். 1992 ஜனவரியில், ‘இஸ்பாத் மெக்ஸிகானா’ பிறந்தது.

முந்தைய ‘சிகார்ட்ஸா’ ஆலைகளை ஆய்வு செய்த நிபுணர் குழுவிலிருந்து, சிலரைமட்டும் தேர்ந்தெடுத்து, அவர்களிடம் நிர்வாகப் பொறுப்புகளை ஒப்படைத்தார் லட்சுமி மிட்டல். உடனடியாக, மறுமலர்ச்சிச் செயல்திட்டத்தின்படி நிலைமையைச் சரி செய்வதற்கான வேலைகள் தொடங்கின.

முதல்வேலையாக, அதுவரை இயங்காமல் முடங்கிக் கிடந்த ஆலையின் உருக்குக் குழாய்த் தயாரிப்புப் பிரிவு, இனிமேல் அவசியமில்லை என்று முடிவுசெய்திருந்த இஸ்பாத் நிர்வாகிகள், அதை மொத்தமாகப் பொட்டலம் கட்டி, டொங்குக் (Dongkuk) என்ற கொரிய நிறுவனத்திடம் விற்றுவிட்டார்கள். இதன்மூலம், சுமார் 135 மில்லியன் டாலர்கள் வருமானம் கிடைத்தது.

இந்தத் தொகையில் பெரும்பகுதியும், இஸ்பாத் நிறுவனத்தின் கூடுதல் முதலீடுகளும், அங்கிருந்த உருக்கு ஆலைகளின் தொழில்நுட்பத்தை மேம்படுத்துவதற்குப் பயன்படுத்தப்பட்டது.

நிர்வாகத்தினரைப் பொறுத்தவரை, தனது கொள்கைகள், செயல்திட்டம், தொலைநோக்கு ஆகியவற்றோடு ஒத்துப் போகிறவர்களைமட்டுமே வேலையில் தொடர்வது என்று இஸ்பாத் முடிவுசெய்திருந்தது.

அதாவது, பழைய கணக்குகள், தர அளவுகோல்கள், கட்டுப்பாடுகள் போன்ற உள்ளூர்ச் சிந்தனைகளை ஒதுக்கித் தள்ளிவிட்டு, இந்த ஆலைகளிலிருந்து ஒவ்வோர் ஆண்டும் இந்த அளவுக்கு உருக்கு இரும்புப் பொருள்கள், இந்தத் தரத்தில் தயாரித்தாகவேண்டும் என்று இலக்குகளைப் பெரிதாகவும் உயர்வாகவும் நிர்ணயிப்பதுதான் இஸ்பாத்தின் பழக்கம்.

அதேசமயம், பிரம்மாண்டமாகத் தோன்றும் இந்த இலக்குகளை அடைவதற்காக, என்னென்ன கூடுதல் முதலீடுகள் தேவையோ, அவை அனைத்தையும் செய்யத் தயாராக இருந்தது இஸ்பாத். சிறந்த தொழில்நுட்பம், பிசிறில்லாத இயந்திரங்கள், உற்பத்திமுறைகள், பணியாளர்களுக்குச் சர்வதேசத் தரத்தில் பயிற்சி - இப்படி உங்களுக்கு என்ன வேண்டுமானாலும் வாங்கிக்கொள்ளுங்கள், ஆனால், இவற்றைப் பயன்படுத்தி, நாங்கள் எதிர்பார்க்கிற அளவு உருக்கை உற்பத்தி செய்யவேண்டியது உங்களுடைய பொறுப்பு.

இதற்கு ஒப்புக்கொண்டால், பழைய நிர்வாகம் தொடரும். இல்லாவிட்டால், டிரினிடாட், டொபகோவில் செய்ததுபோல், இங்கேயும் எங்களுடைய ஆள்களைக் கொண்டுவந்து நிரப்பிவிடுவோம் என்று தெளிவாகச் சொல்லிவிட்டது இஸ்பாத்.

பழைய ‘சிகார்ட்ஸா’ மேலாளர்கள், லட்சுமி மிட்டலின் இந்தச் செயல் திட்டத்தில் நம்பிக்கை தெரிவித்தார்கள், அதனைப் பின்பற்றுவதாக உறுதியளித்தார்கள். எனவே, இஸ்பாத் குழுவினரின் தீவிர மேற்பார்வையில், பழைய நிர்வாகமே தொடர்ந்தது.

ஆனால், இந்த ஆலைகள் இஸ்பாத்தின் கட்டுப்பாட்டுக்கு வந்தபிறகு, முன்பு எப்போதும், யாரும் பார்த்திராத அதிசயமான மாற்றங்களெல்லாம் அங்கே ஒவ்வொன்றாக நடக்கஆரம்பித்தது.

டாக்டர். ஜொஹனஸ் தலைமையிலான இஸ்பாத் குழுவினர், ஆலையின் எல்லாப் பிரிவுகளுடைய பொறுப்பாளர்களையும் தனித்தனியே அழைத்து, நீண்ட, விரிவான பேச்சு வார்த்தைகள் நடத்தினார்கள். இந்தப் பேச்சுகளின்போது, அந்தந்தப் பிரிவுகளின் பலம், பலவீனம், அங்கே என்ன நடக்கிறது, என்னென்ன பிரச்னைகள், அவற்றைச் சரி செய்வதற்கான சாத்தியங்கள், உலக அளவில் இதேபோன்ற பிரச்னைகளை எப்படித் தீர்க்கிறார்கள் என்று பல தலைப்புகளில் ஆரோக்கியமான விவாதங்கள் நடந்தன.

இதன் அடிப்படையில், முந்தைய செயல்திட்டம் பல சிறு பிரிவுகளாகப் பிரிக்கப்பட்டு, விரிவாக்கப்பட்டது. தெளிவான இலக்குகள் வகுக்கப்பட்டன, அவற்றைச் செய்துமுடிக்கவேண்டிய

கால அளவுகள் தீர்மானிக்கப்பட்டன, ஒவ்வொன்றுக்கும் பொறுப்பாளர்கள் நியமிக்கப்பட்டார்கள்.

இந்த இலக்குகளை வகுக்கும்போது, ஆலையின் செயல்திறனை முழுமையாகப் பயன்படுத்தவேண்டும் என்கிற ஒரே நோக்கம்தான் லட்சுமி மிட்டலின் மனத்தில் இருந்தது. எக்காரணத்துக்காகவும் அவர் இதில் சமரசம் செய்துகொள்ளவே இல்லை.

உதாரணமாக, 'இஸ்பாத் மெக்ஸிகானா'வின் உற்பத்தித் திட்டப்பிரிவின் பொறுப்பாளரான ஆஸ்கார் வாஸ்க்வெஸ் *(Oscar Vasquez)*, முதன்முறையாக அவர் லட்சுமி மிட்டலைச் சந்தித்த சம்பவத்தைச் சொல்கிறார்.

அப்போது, லட்சுமி மிட்டலிடம் இருவிதமான உற்பத்தித் திட்டங்களை முன்வைத்தார் ஆஸ்கார் வாஸ்க்வெஸ். இதில் முதலாவது திட்டம், அவர்களுடைய பழைய அனுபவத்தின் அடிப்படையிலானது. அதன்படி, வருடத்துக்குச் சுமார் ஆறு லட்சம் டன்கள் உருக்கு தயாரிக்கமுடியும் என்று கணிக்கப்பட்டிருந்தது.

இரண்டாவது திட்டம், கொஞ்சம் பெரியது, இதுவரை முயன்று பார்க்கப்படாதது. ஆனால், இந்தத் திட்டத்தைச் சரியாகச் செயல்படுத்தினால், அதன்மூலம், ஆலைகளின் உருக்கு உற்பத்தி வருடத்துக்குப் பன்னிரண்டு லட்சம் டன்கள்வரை உயரும்.

இந்த இரு திட்டங்களைப்பற்றியும் சுருக்கமாகக் கேட்டுக்கொண்ட லட்சுமி மிட்டல், 'முதல் திட்டத்தை மறந்துவிடுங்கள். இரண்டாவது திட்டத்தைச் செயல்படுத்துவதற்கு உங்களுக்கு என்னென்ன தேவை என்று சொல்லுங்கள்', என்றார்.

அதுதான் லட்சுமி மிட்டல். உருக்கு ஆலைகளை, அவற்றின் உற்பத்தித் திறனுக்குக் குறைவாக இயக்குவதை வெறுத்தார் அவர். அதே ஆலையைப் பயன்படுத்தி, இன்னும் இன்னும் அதிக உருக்கு தயாரிக்கவேண்டும், அதற்காக என்ன கூடுதல் முதலீடு தேவைப்பட்டாலும், அவர் செய்யத் தயாராக இருந்தார்.

லட்சுமி மிட்டலின் இந்த முடிவைக் கேட்டதும், திட்டக் குழுவினருக்குக் கொஞ்சம் ஆச்சரியம், 'ஒருவேளை இந்தத்

திட்டம் சரியாகச் செயல்பட்டாலும்கூட, பன்னிரண்டு லட்சம் டன் உருக்கை நாம் எப்படி விற்கப்போகிறோம்? யார் வாங்குவார்கள்?' என்று கேட்டார்கள்.

'அதைப்பற்றி நீங்கள் கவலைப்படாதீர்கள். நான் பார்த்துக் கொள்கிறேன்', என்றார் லட்சுமி மிட்டல்.

நிஜமாகவே, அதன்பிறகு 'இஸ்பாத் மெக்ஸிகானா' மேலாளர்கள், தாங்கள் தயார் செய்கிற உருக்கின் விற்பனைபற்றி கவலைப்படவேண்டிய அவசியமே ஏற்படவில்லை. லட்சுமி மிட்டல் தனது சர்வதேச விற்பனைப் பிரிவின்மூலம், இதற்கான ஏற்பாடுகளைச் செய்துமுடித்தார்.

இதனால், மெக்ஸிகோ ஆலைகளை முன்னேற்றப் போராடிக்கொண்டிருந்த குழுவினர் எல்லோரும், ஆலைகளின் உற்பத்தித் திறனை உயர்த்துவதைத்தவிர, வேறு சிந்தனையே இல்லாமல் உழைக்கமுடிந்தது. படிப்படியாக உருக்கு உற்பத்தியின் அளவும் தரமும் உயர்ந்தது.

இதே காலகட்டத்தில், ஆலைகளில் தேவையில்லாத செலவுகளைக் குறைப்பதிலும் கவனம் செலுத்தியது லட்சுமி மிட்டலின் படை. இதற்கென, தினந்தோறும் ஆய்வுக் கூட்டங்கள் நடத்தப்பட்டன.

தினந்தோறும் என்றால், நிஜமாகவே தினந்தோறும்தான். ஒவ்வொரு நாளும் மாலையில் எல்லாப் பிரிவுப் பொறுப்பாளர் களையும் அழைத்து உட்காரவைத்து, முந்தைய நாள் அவர்கள் எவ்வளவு செலவு செய்திருக்கிறார்கள், எதற்காகச் செய்திருக்கிறார்கள் என்றெல்லாம் விரிவான விவாதங்கள் நடந்தன. இந்தக் கூட்டங்கள் எவையும், வெறுமனே கையில் காகிதத்தை வைத்துக்கொண்டு சண்டை போடுகிற புள்ளி விவரக் குத்துச்சண்டைகளாக இல்லாமல், நிஜமாகவே உபயோகமானமுறையில் நடந்ததுதான் முக்கியம்.

அதாவது, ஒவ்வொரு பிரச்னையும், அதற்குச் சீக்கிரத்தில் தீர்வு காண்கிற ஒரே நோக்கத்துடன் அலசப்பட்டது. இதற்காக, நுணுக்கமான பொறியியல் விவரங்கள்வரை விசாரித்துத் தெரிந்துகொள்ளவும் இஸ்பாத் குழுவினர் தயங்கவில்லை.

எதையும் மேலோட்டமாகப் பார்க்காமல், விவரமாகத் தெரிந்துகொள்கிறபோது, தீர்வுகள் உடனே கிடைப்பதற்கான சாத்தியக்கூறுகள் அதிகம்.

தவிர, இஸ்பாத் நிறுவனம் இந்தோனேஷியாவிலும் மேற்கிந்தியத் தீவுகளிலும் உருக்காலைகளை இயக்கிக்கொண்டிருந்ததால், அந்த ஆலைகளிலிருந்து கிடைத்த அனுபவத்தையும் உபயோகமான குறிப்புகளையும் இங்கே பயன்படுத்திப் பலன் பெற்றார்கள்.

இந்தக் கூட்டங்களில், யார் வேண்டுமானாலும் புதிய யோசனைகள், மாற்றங்களை முன்வைக்கலாம். அவற்றைச் செயல்படுத்துவதற்குக் கூடுதல் முதலீடு அல்லது பிற விஷயங்கள் ஏதேனும் தேவைப்பட்டால்கூட, உரிமையோடு கேட்கலாம். ஆனால், இதையெல்லாம் கேட்டு வாங்கியபிறகு, அதனைச் சரியாகச் செயல்படுத்தி, கண்ணுக்கு எதிரே லாபத்தைக் காட்டுவது, யோசனையை முன்வைத்த நபருடைய முழுப் பொறுப்பு.

அதாவது, இந்த விஷயத்தைச் செய்தால் என்ன பலன் கிடைக்கும், எப்போது கிடைக்கும் என்று நன்றாக விசாரித்துத் தெரிந்துகொண்டபிறகு, அதையே இலக்காக நிர்ணயிக்கிறார்கள். உதாரணமாக, இந்த யோசனையைச் செயல்படுத்தினால், அடுத்த மாத இறுதிக்குள், உருக்கு உற்பத்தி பன்னிரண்டு சதவிகிதம் அதிகரிக்கும்.

இப்படி ஒரு தெளிவான இலக்கு நிர்ணயிக்கப்பட்டபிறகு, அடுத்த மாத இறுதியில், நிஜமாகவே பன்னிரண்டு சதவிகிதம் உருக்கு உற்பத்தி உயர்ந்திருக்கிறதா, இல்லையா என்று எல்லோரும் கவனிப்பார்கள், கேள்வி கேட்பார்கள். சொன்னபடி விஷயங்கள் நடக்காவிட்டால், உரியவர் அதற்கு முழுப் பொறுப்பேற்கவேண்டும்.

இதுபோல, இன்னும் எத்தனையோ மாற்றங்கள், முன்னேற்றங்கள், பலவிதங்களில் உற்பத்திச் செலவுகளைக் குறைத்து, செயல்திறனை மேம்படுத்தி, தரத்தையும் வாடிக்கையாளர் எண்ணிக்கையையும் உயர்த்தி, மெக்ஸிகோவிலும் இன்னொரு மாயாஜாலம் செய்துவிட்டது இஸ்பாத்.

முதல் ஆண்டு இறுதியில், ஆலைகளின் மொத்த உருக்கு உற்பத்தி

கிட்டத்தட்ட இருமடங்காக உயர்ந்திருந்தது. அதேசமயம், ஒரு டன் உருக்கைத் தயாரிப்பதற்கான செலவு முப்பது சதவிகிதம்வரை குறைந்திருந்தது. எல்லா முதலீடுகள், உற்பத்திச் செலவுகளும்போக, மெக்ஸிகோ ஆலைகளிலிருந்து இஸ்பாத் நிறுவனம் சிறிய அளவு லாபமும் சம்பாதித்திருந்தது.

அதன்பிறகு, வருடந்தோறும் உருக்கு உற்பத்தியின் அளவும் தரமும் அதிகரித்துக்கொண்டு தான் இருந்தது. லட்சுமி மிட்டல் பொறுப்பேற்றுக்கொண்டபோது, ஆண்டுக்குச் சுமார் அரை மில்லியன் டன்கள்மட்டுமே உருக்கு உற்பத்தி செய்துகொண்டிருந்த அதே ஆலைகளிலிருந்து, பின்னர் மூன்று மில்லியன் டன்வரை உருக்கு தயாரிக்கப்பட்டது.

இதில் ஆச்சரியமான விஷயம் என்னவென்றால், மேற்சொன்ன ஆலைகளின் கணக்கிடப்பட்ட (அதிகபட்ச) செயல்திறனைக் காட்டிலும், இந்த உற்பத்தி அளவு அதிகம். இதன்மூலம், தனது 'பிரம்மாண்டமான' கனவுகள், நிஜத்தில் சாத்தியமாகக்கூடியவைதான் என்று நிரூபித்தார் லட்சுமி மிட்டல்.

உண்மையில், இந்த எண்ணிக்கைகூட அதிக முக்கியமில்லை. ஒவ்வொரு டன் உருக்கைத் தயாரிப்பதற்கும் பணியாளர்கள் செலவழிக்கிற நேரத்தைப் பலமடங்கு குறைத்து, அதேசமயம் தரத்தைக் குறிப்பிடத்தக்க அளவுக்கு உயர்த்தியதுதான் இந்தப் பெரும் வெற்றிக்கு முக்கியக் காரணமாக அமைந்தது.

அதேபோல், முன்பு குறைந்த அளவு உருக்கைக்கூடச் சரியாக விற்பனை செய்யமுடியாமல் திணறிக்கொண்டிருந்த நிலைமையை மாற்றி, சர்வதேசத் தரத்திலான விற்பனை, சந்தைப்படுத்தல் உத்திகளை அறிமுகப்படுத்தியதும் குறிப்பிட்டுச் சொல்லவேண்டிய மாற்றம். இங்கேதான், தனிப்பட்ட விற்பனைகளில் லாபம் குறைவாக வந்தால் பரவாயில்லை, உற்பத்தி அளவைப் பெருக்கவேண்டும் என்கிற எளிய சூத்திரம், லட்சுமி மிட்டலுக்குக் கச்சிதமாகக் கை கொடுத்தது.

அதன்பிறகு பல வருடங்களுக்கு, இந்த மெக்ஸிகோ ஆலைகளில் கிடைத்த தொடர் லாபத்தைக் கொண்டுதான், இஸ்பாத் நிறுவனம் வேறு புதிய ஆலைகளைக் கைப்பற்றி ஜெயித்ததாகச் சொல்வார்கள். இன்றுவரை, லட்சுமி மிட்டல் குழுமத்தின்

முக்கியமான பண வரவு மூலமாக இந்த ஆலைகள் இயங்கிவருகின்றன.

'இஸ்பாத் மெக்ஸிகானா'வைத் தோற்றுவித்து நடத்தத் தொடங்கிய இதே காலகட்டத்தில், அமெரிக்காவின் பென்சில்வேனியா பகுதியில் உள்ள 'பெத்லஹம் ஸ்டீல்' *(Bethlehem Steel)* நிறுவனத்தின் ஒரு பிரிவை வாங்க முயன்றார் லட்சுமி மிட்டல். ஆனால், இறுதிக் கட்டத்தில் அவரது முயற்சிகள் தோல்வியடைந்துவிட்டன.

பின்னர், 1994ம் ஆண்டு, கனடாவின் மிகப் பெரிய உருக்கு உற்பத்தி நிறுவனங்களில் ஒன்றான சிட்பெக்-டாஸ்கோ *(Sidbec-Dosco)* நிறுவனத்தை க்யூபெக் மாகாண அரசிடமிருந்து வாங்கினார் லட்சுமி மிட்டல்.

மெக்ஸிகோபோலவே, இங்கேயும் உள்ளூர் அரசாங்கத்துக்கு இந்த ஆலைகளைத் தொடர்ந்து நடத்துவதில் ஆர்வம் இருக்கவில்லை. ஆகவே, DRI உற்பத்திக்கான வசதிகளோடு கூடிய அந்த உருக்கு ஆலைகளை, தனியாருக்கு விற்றுவிடுவதாக முடிவுசெய்யப்பட்டது.

இதற்கான ஏலத்தில் பங்கேற்ற லட்சுமி மிட்டலின் இஸ்பாத் நிறுவனம், 1994 ஏப்ரலில் 'சிட்பெக்-டாஸ்கோ'வைச் சுமார் எழுபது மில்லியன் கனடிய டாலர்களுக்கு வாங்கி, தனது குழுமத்துடன் இணைத்துக்கொண்டது. பின்னர், அதற்கு 'இஸ்பாத் சிட்பெக்' என்று புதுப் பெயர் சூட்டப்பட்டது.

'சிகார்ட்ஸா' ஆலைகளோடு ஒப்பிடுகையில், இங்கே ஒரு முக்கியமான வித்தியாசம், இந்த ஆலைகள் நஷ்டத்தில் இயங்கிக் கொண்டிருக்கவில்லை. முந்தைய ஆண்டுகளில் பெரிய அளவு நஷ்டத்தைச் சந்தித்திருந்தபோதும், 'சிட்பெக்-டாஸ்கோ'வை இஸ்பாத் வாங்குவதற்குச் சில மாதங்கள்முன்புதான், அதன் ஆலைகள் மீண்டும் லாபம் சம்பாதிக்கத்தொடங்கியிருந்தன.

ஆகவே, அங்கிருந்த நிர்வாகக் குழுவினர், நஷ்டங்களைச் சந்தித்துச் சமாளிக்கக்கூடிய திறமையும் அனுபவமும் பெற்றிருந்தார்கள். ஆகவே, அவர்களை முழுமையாக மாற்றவேண்டிய அவசியம் இல்லை என்று எண்ணினார் லட்சுமி மிட்டல். இதன்படி, ஒன்றிரண்டு புதிய இஸ்பாத் ஊழியர்களைத்தவிர, பழைய

'சிட்பெக்-டாஸ்கோ'வின் நிர்வாகிகள், மேலாளர்கள் 'இஸ்பாத் சிட்பெக்'கில் தொடர்ந்தார்கள்.

ஆலைகளின் நிர்வாகப் பொறுப்பை இஸ்பாத் ஏற்றுக்கொண்ட பிறகு, அவர்கள் செய்த முக்கியமான வேலைகளில் ஒன்று, அதுவரை இயங்காமல் மூடிவைக்கப்பட்டிருந்த *DRI* பிரிவு ஒன்றை மீண்டும் திறந்ததுதான். இந்தப் பிரிவைப் பழையபடி இயங்கச் செய்வதற்காக, பதினாறு மில்லியன் *(கனடிய)* டாலர்கள் செலவு செய்வதாக முடிவெடுத்தது இஸ்பாத்.

சில மாதங்களுக்குள், வருடத்துக்குச் சுமார் நான்கு லட்சம் டன்கள் உற்பத்தித் திறனுடன் அந்தப் பிரிவு மீண்டும் இயங்கத்தொடங்கியது. இதன்மூலம், ஆலைகளின் மொத்த உற்பத்தி குறிப்பிடத்தக்க அளவில் அதிகரித்தது.

இஸ்பாத் நிறுவனத்தின் மற்ற ஆலைகளைப்போலவே, இங்கேயும் ஊழியர்கள்மத்தியில் புதிய தொழில்நுட்பம், லாபகரமாகத் தொடர்ந்து இயங்கவேண்டியதின் தேவை போன்றவைபற்றிய விழிப்புணர்வை உண்டாக்கவேண்டியிருந்தது. இதன்மூலம், அதிகச் செயல்திறன், உயர்ந்த தரம், கூடுதல் லாபம் ஆகியவற்றில்தான் புதிய நிர்வாகம் கவனமாக இருக்கப்போகிறது என்பதை அவர்களும் தெளிவாகப் புரிந்துகொள்ளமுடிந்தது.

க்யூபெக் அரசுடன் செய்துகொண்ட ஒப்பந்தத்தின்படி, ஆலையில் மேலும் பல புதிய முதலீடுகளைச் செய்த இஸ்பாத், தொழில்நுட்பம், உற்பத்தி முறைகளையும் நவீனப்படுத்தி யது. இதன்மூலம் மெக்ஸிகோவைப்போலவே, இங்கேயும் கூடுதல் உற்பத்தி, கூடுதல் லாபம்.

மெக்ஸிகோவில் 'இஸ்பாத் மெக்ஸிகானா' மற்றும் கனடாவில் 'இஸ்பாத் சிட்பெக்' ஆகிய ஆலைகளின் வெற்றிக்குப்பிறகு, ஜெர்மனியில் ஹம்பர்கர் ஸ்டால்வெர்கெ *(Hamburger Stahlwerke)* என்ற ஆலையை விலைக்கு வாங்கியது இஸ்பாத். இதுவும் அரசு ஆலைதான்.

'இஸ்பாத் ஹம்பர்கர் ஸ்டால்வெர்கெ' என்று பெயர் சூட்டப்பட்ட இந்த ஆலையில் என்ன விசேஷம் என்றால், லட்சுமி மிட்டலின் உருக்கு சாம்ராஜ்யத்துக்கு அடித்தளமாக அமைந்திருக்கும் *DRI* தொழில்நுட்பம், இங்கேதான் தொடங்கியது. அதுமட்டுமின்றி,

மேற்கிந்தியத் தீவுகளில் இஸ்பாத் விலைக்கு வாங்கிய இஸ்காட் ஆலைகளை, அதற்குமுன் நிர்வகித்துக்கொண்டிருந்த இரு நிறுவனங்களில், இந்த 'ஹம்பர்கர் ஸ்டால்வெர்கே' ஒன்று.

ஜெர்மனிக்குப்பிறகு, அயர்லாந்தில் 'ஐரிஷ் ஸ்டீல்' (Irish Steel) என்ற நிறுவனத்தின் நிர்வாகப் பொறுப்புகளை ஏற்றுக்கொண்டார் லட்சுமி மிட்டல். இந்த நிறுவனத்தை அவர் மொத்தமாக விலைக்கு வாங்க முற்பட்டபோது, அதை எதிர்த்துப் பல அரசியல் சர்ச்சைகள் எழுந்தன. ஒருவழியாக அவற்றைச் சமாளித்து 1996ல் 'ஐரிஷ் ஸ்டீல்' நிறுவனத்தைத் தனது குழுமத்துடன் இணைத்துக்கொண்டார் லட்சுமி மிட்டல்.

லட்சுமி மிட்டலின் அபூர்வமான தோல்விகளில் ஒன்று, இந்த 'ஐரிஷ் ஸ்டீல்'. பல ஆலைகளின் தலையெழுத்தை மாற்றி எழுதியிருக்கிற மிட்டல் குழுவினரின் அனுபவம், அயர்லாந்தில் செல்லுபடியாகவில்லை.

இதற்குக் காரணம், சில அடிப்படைக் குறைபாடுகளால், 'ஐரிஷ் ஸ்டீல்' ஆலைகளின் உற்பத்தித் திறனை ஓர் அளவுக்குமேல் உயர்த்தமுடியவில்லை. இதனால், உற்பத்தியை அதிகரித்து, லாபத்தைக் கூட்டும் மிட்டல் சூத்திரம் தோற்றுப்போனது.

பழக்கமில்லாத இந்தச் சூழ்நிலையில், சில ஆண்டுகளுக்குத் தடுமாறிய லட்சுமி மிட்டல், கடைசியில், நஷ்டத்தைத் தவிர்ப்பதற்காக, தனது அயர்லாந்து ஆலைகளை மூடிவிடுவதாகத் தீர்மானித்தார். பணியாளர்கள் அனைவருக்கும் ஒரு நாள் முன்னதாக அறிவிப்பு தரப்பட்டு, ஆலை மூடப்பட்டுவிட்டது.

இதன்மூலம், லட்சுமி மிட்டலின் நிறுவனத்துக்கு ஏகப்பட்ட நஷ்டம்தான். எனினும், அடிப்படையில் கோளாறு இருக்கிற ஆலைகளைத் தொடர்வது புத்திசாலித்தனமில்லை என்று கருதினார் மிட்டல்.

இப்படியாக, தொண்ணூறுகளில் மெக்ஸிகோ, கனடா, ஜெர்மனி, அயர்லாந்து என்று வரிசையாக உலகம் சுற்றிய லட்சுமி மிட்டலின் அடுத்த நகர்வு, யாரும் எதிர்பாராத ஆச்சர்யமாக இருந்தது.

10. சூதாட்டம்

இன்னும் பொழுது விடிந்திருக்கவில்லை. சூரியன் மேலே எழுந்து வந்து, விமான நிலையத்தில் கடமை ஒதுக்கப்பட்டிருந்த அரசாங்கப் பணியாளர்கள் எல்லோரும் கண் விழித்தபிறகுதான், விசா தருகிற வேலைகள் தொடங்கும்.

அந்த விமான நிலையத்தில், லட்சுமி மிட்டல் அமைதியாகக் காத்திருந்தார். எதற்காகவும் அவசரப்படக்கூடாத தருணம் அது என்பதால், தூக்கத்தையும் அசதியையும் விரட்டிவிட்டு விடிவதற்காகப் பொறுமையுடன் காத்துக்கொண்டிருந்தார் அவர்.

டாக்டர். ஜொஹனஸிடமிருந்து அவருக்குக் கிடைத்திருந்த தகவலின் முக்கியத்துவம் அப்படி, 'கஜகிஸ்தான் அரசாங்கம், சுமார் ஐந்தரை மில்லியன் டன்கள் உற்பத்தித் திறன் கொண்ட ஆலைகளை, விற்க விரும்புகிறது. இஸ்பாத் நிறுவனத்துக்கு ஆர்வம் உண்டா?'

உண்டு. நிச்சயமாக உண்டு. விஷயத்தைக் கேள்விப்பட்டதும், சட்டென்று விமானத்தைப் பிடித்துக் கிளம்பி வந்துவிட்டார் லட்சுமி மிட்டல். இப்போது, நாட்டினுள் நுழைவதற்கான அனுமதிச் சீட்டுக்காக விமான நிலையத்தில் காத்திருக்கிறார்.

ரஷ்யாவுக்கும் சீனாவுக்கும் இடையே உள்ள கஜகஸ்தானில், அதுவும் தண்டனைப் பிரதேசமான கரகண்டாவில் அமைந்திருந்த அந்த இரும்பு ஆலைகளின்மீது, உலக உருக்கு அதிபர்கள் யாருடைய பார்வையும் அதுவரை பட்டிருக்கவில்லை.

யதேச்சையாக அதுபற்றிக் கேள்விப்பட்டவர்கள்கூட, அதனை விலைக்கு வாங்குவதில் ஆர்வம் செலுத்தவில்லை. காரணம், ஒவ்வொன்றும் படுமோசமான முறையில் இயங்கிக்கொண்டிருந்த ஆலைகள், அவற்றில் உற்பத்தியாகும் பொருள்களை வெளியே எடுத்துச் சென்று விற்பனை செய்வதற்குத் தகுந்த போக்குவரத்து வசதிகள்கூட இல்லை. பக்கத்தில் நல்ல உருக்குச் சந்தை எதுவும் இல்லை, சரியான மின்சாரம் இல்லை, பயிற்சி பெற்ற திறமைசாலித் தொழிலாளர்கள் இல்லை.

இப்படி எந்தவிதத்திலும் யாருக்கும் ஆர்வமூட்டாத அந்த ஆலைகளைத் தொடர்ந்து நடத்தமுடியாமல், யாரேனும் தனியார் அதனை வாங்கிக்கொள்வார்களா என்று உள்ளூர் அரசாங்கம் தேடிக்கொண்டிருந்தது.

பழைய சோவியத் யூனியன் நாடுகளின் மறுகட்டமைப்பு, வளர்ச்சிக்குப் பொறுப்பேற்றிருந்த ஐரோப்பிய வங்கி, அந்தப் பகுதிகளில் இருந்த நசிந்த தொழிற்சாலைகள் பலவற்றை, வெளிநாட்டுத் தனியார் நிறுவனங்களுக்கு விற்பனை செய்ய முயன்றுகொண்டிருந்தது. ஆனால், அந்த வங்கிகூட, உலகின் மிகப் பெரிய உருக்கு ஆலைகளில் ஒன்றான இந்த கரகண்டா ஆலையைக் கண்டுகொள்ளவில்லை. காரணம், அதை யாரும் வாங்குவார்கள் என்று அவர்களுக்குத் தோன்றவில்லை.

இந்தச் சுழலில்தான், இஸ்பாத் நிறுவனத்தின் முக்கியப் பிரமுகர்களில் ஒருவரான டாக்டர். ஜொஹனஸ், கஜகஸ்தானுக்கு வந்திருந்தார். அங்கிருந்த நிலக்கரிச் சுரங்கங்கள் சிலவற்றை வாங்குவதற்காக அவர் பார்வையிட்டுக்கொண்டிருந்தபோது, யாரோ ஓர் அதிகாரி அவரிடம் இந்த விஷயத்தைச் சொல்லி விசாரித்திருக்கிறார்.

உடனடியாக, டாக்டர். ஜொஹனஸ், இந்தத் தகவலை லட்சுமி மிட்டலுக்குத் தெரிவித்தார். அவரும் ஆர்வமாகக் கிளம்பி வந்துவிட்டார்.

ஆனால், லட்சுமி மிட்டல் எதிர்பார்த்ததைவிடப் பல மடங்கு மோசமான நிலைமையில் இருந்தது அந்த ஆலை. பழைய இயந்திரங்கள், பல ஆண்டுகள் பின்தங்கிய தொழில்நுட்பம், போதாத, அல்லது இல்லாத பாதுகாப்பு ஏற்பாடுகள், ஆபத்தான பணிச் சூழல், சுற்றுச்சூழல் சீர்கேடுகள், ஏகப்பட்ட நஷ்டம், கடன்.

மிகப் பெரிய ஆலைகள், ராட்சஸ இயந்திரங்கள், ஆலைகளுக்கிடையில் போக்குவரத்துக்கான சாலைகள் மற்றும் இரும்புப் பாதைகள், தொழிலாளர் குடியிருப்புகள் என்று சுமார் அறுபது சதுர கிலோமீட்டருக்குப் பரந்து விரிந்திருந்த அந்தப் பிரதேசம்முழுவதும், ஆளின்றிதான் இருந்தது என்று வர்ணிக்கிறார் லட்சுமி மிட்டல்.

அற்புதமான தொழில் மையமாக வளர்ந்திருக்கவேண்டிய கரகண்டா பகுதி, இப்படி முடங்கிக் கிடந்ததற்கு முக்கியக் காரணம், அநேகமாக சோவியத் நாடுகள் அனைத்திலும் ஏற்பட்டிருந்த பொருளாதாரச் சரிவுதான். உற்பத்தியாகும் இரும்பை வாங்க ஆளில்லாததால், ஆலைகளை நிர்வகித்துக் கொண்டிருந்த மேற்கத்திய மேலாளர்கள் ஒவ்வொருவராகக் கையை விரித்துவிட்டுக் கிளம்பிப் போய்க்கொண்டே இருந்தார்கள்.

ஆலைகள் எல்லாவற்றிலுமாகச் சேர்த்து, சுமார் எண்பத்தைந் தாயிரம் தொழிலாளர்கள், யாருக்கும் ஆறு மாதங்களாகச் சம்பளம் தரப்படவில்லை என்பதால், எல்லோரும் வெறியோடு திரிந்துகொண்டிருந்தார்கள். ஊரில் பஞ்சம், போதைப் பொருள்கள், எயிட்ஸ் எல்லாம் பரவியிருந்தது.

இப்படி ஒரு சூழலைப் பார்க்கிறவர்கள் யாரும், நமக்கு எதற்கு வம்பு என்று விலகதான் நினைப்பார்கள். ஆனால், கொஞ்சம் பாடுபட்டால், நிச்சயமாக இந்த ஆலைகளின் நிலைமையை மாற்றி, லாபம் சம்பாதிக்கமுடியும் என்று லட்சுமி மிட்டலுக்குத் தோன்றியது.

தனது எண்ணம் சரியானதுதானா என்று உறுதிப்படுத்திக் கொள்வதற்காக, மெக்ஸிகோவில் செய்ததுபோலவே, ஒரு புதிய நிபுணர் குழுவைத் திரட்டி, கஜகஸ்தானுக்கு வரவழைத்தார்

லட்சுமி மிட்டல். இந்தக் குழுவில் இஸ்பாத் நிறுவனத்தின் இந்தோனேஷியா, கரீபியன், மெக்ஸிகோ, கனடா, ஜெர்மனி ஆலைகளைச் சேர்ந்த பல துறைத் திறமையாளர்கள் இடம்பெற்றிருந்தார்கள்.

கரகண்டா உருக்கு ஆலைகளைக் கிட்டத்தட்ட ஒரு மாதத்துக்குத் தீவிர ஆய்வு செய்த இந்த நிபுணர் குழுவினர், 'வாங்கலாம்' என்று பரிந்துரை செய்தார்கள். நிலைமையைச் சீர் செய்வதற்கான ஆலோசனைகளையும் சிபாரிசு செய்தார்கள்.

இதையடுத்து, கஜகஸ்தான் பிரதமர், உயர் அதிகாரிகளைச் சந்தித்துப் பேசிய லட்சுமி மிட்டல், கரகண்டா ஆலைகளை இஸ்பாத் நிறுவனம் விலைக்கு வாங்க விரும்புவதாகத் தெரிவித்தார்.

லட்சுமி மிட்டலின் தைரியம் தெரிந்த விஷயம்தான். என்றாலும், இந்த ஆலை விஷயத்தில் அவர் எடுத்த முடிவு, மிக மிக அபாயமானது, கொஞ்சம் அசந்தாலும், அவரை மொத்தமாகத் தூக்கிச் சாப்பிட்டிருக்கும்.

'அந்த இடத்தில் நான் இருந்திருந்தால், கரகண்டா ஆலைகளை வாங்கியிருக்கமாட்டேன்', என்கிறார் மோகன் லால் மிட்டல். எந்தவிதத்திலும் வெற்றிக்கான சாத்தியங்களே தென்படாத ஆலை அது, ஒருவேளை அந்த ஆலைமட்டும் தோல்வியடைந்திருந்தால், லட்சுமி மிட்டலும் பெரிய அளவில் தோற்றுப்போயிருப்பார் என்கிறார் அவர்.

ஆனால், இதுபற்றி லட்சுமி மிட்டல் கொஞ்சமும் கவலைப்பட வில்லை. மற்ற ஆலைகளைப் போலவே, இந்த ஆலைகளையும் புரட்டிப் போட்டு ஜெயித்துவிடலாம் என்கிற தன்னம்பிக்கை அவருக்கு இருந்தது.

கரகண்டா ஆலைகளை லட்சுமி மிட்டல் என்ன விலைக்கு வாங்கினார் எனும் விவரம் பகிரங்கமாக அறிவிக்கப்படவில்லை. ஆனால், 'இஸ்பாத் கார்மெட்' *(Ispat Karmet - Karaganda Metallurgical Complex)* என்று பெயரிடப்பட்ட அந்த ஆலைகளை முன்னேற்றுவதற்காக அவர் ஏகப்பட்ட கூடுதல் செலவுகளைச் செய்யவேண்டியிருந்தது.

'நீங்கள் பழைய இரும்பு ஆலைகளையே தொடர்ந்து விலைக்கு வாங்குவது ஏன்?', என்று லட்சுமி மிட்டலிடம் கேட்கப்பட்ட போது, அவர் சட்டென்று சொன்ன பதில், 'புதிதாக ஆலைகள் அமைக்கும் அளவுக்கு எனக்கு வசதி இல்லை. அதனால்தான், பழைய ஆலைகளை வாங்கிப் புதுப்பிக்கிறேன்.'

இந்தோனேஷியாவில் புதிய உருக்கு ஆலை ஒன்றை அமைத்து அனுபவம் பெற்றிருந்த லட்சுமி மிட்டல், அதைக் காட்டிலும், பழைய ஆலைகளை வாங்குவது புத்திசாலித்தனமான முதலீடு என்று எண்ணியிருந்தார்.

ஏனெனில், உலக அளவில் நஷ்டத்தில் இயங்கிக்கொண்டிருக்கும் உருக்கு ஆலைகள் நிறைய. குறிப்பாக, அரசு நிர்வாகத்தில் தடுமாறும் நலிந்த ஆலைகள். இவற்றையெல்லாம் விலைக்கு வாங்குவது என்றால், ஒப்பீட்டளவில் குறைவான முதலீடுதான் தேவைப்படும். தவிர, இந்த ஆலைகள், ஏற்கெனவே எல்லாக் கட்டமைப்புகளுடனும் இயங்கிக்கொண்டிருப்பவை என்பதால், அநாவசியமாகக் காத்திருக்காமல், முதல் நாளிலிருந்து உற்பத்தி பார்க்கத் தொடங்கிவிடலாம்.

இப்படிப் பல காரணங்களால், நசிந்த ஆலைகளை விலைக்கு வாங்குவதில் ஆர்வம் செலுத்திக்கொண்டிருந்த லட்சுமி மிட்டல், அதில் சில ஆபத்துகளும் உண்டு என்பதை உணர்ந்துதான் இருந்தார் - இந்த கஜகஸ்தான் ஆலைகளைப்போல.

பல பிரச்னைகளில் சிக்கித் திணறிக்கொண்டிருந்த இந்த ஆலைகளை, லட்சுமி மிட்டல் எப்படி சமாளிக்கப்போகிறார் என்று எல்லோரும் ஆர்வமாகக் காத்திருக்கையில், ஆலைப் பணியாளர்கள் எல்லோருக்கும் ஒழுங்காகச் சம்பளம் கொடுக்க ஆரம்பித்தார் அவர்.

பின்னர், ஆள்குறைப்புத் நடவடிக்கைகளால், சுமார் கால் வாசிப் பணியாளர்கள் பணி நீக்கம் செய்யப்பட்டார்கள். எனினும், மற்றவர்களுக்கு ஒழுங்காக சம்பளம் வர ஆரம்பித்தது. இதைப் பலரும் வரவேற்றார்கள், தொழிலாளர்களிடையே ஊக்கம் அதிகரித்தது.

உண்மையில், அப்போது கரகண்டாவில் இருந்த பஞ்சச் சூழலில்,

உள்ளூர் மக்கள் லட்சுமி மிட்டலை ஒரு தேவ தூதர்போல்தான் பார்த்தார்கள். எங்கிருந்தோ ஒரு புண்ணியவான் நிறைய பணத்தைப் பையில் போட்டுக்கொண்டு கிளம்பி வந்திருக்கிறார், நம் ஊரை மொத்தமாக விலைக்கு வாங்கி, காசை வாரி இறைத்து எல்லோரையும் காப்பாற்றிவிடுவார் என்றுதான் அவர்கள் நம்பினார்கள்.

இதற்கு ஏற்றாற்போல், லட்சுமி மிட்டலுக்கும் கஜகிஸ்தான் அரசுக்கும் இடையிலான ஒப்பந்தத்தின்படி, அவர் வெறுமனே உருக்குஆலைகளைமட்டும் வாங்கமுடியாது. அதனுடன் ஒருங்கிணைந்து இயங்கிக்கொண்டிருந்த 'எல்லாவற்றையும்' வாங்கவேண்டியிருந்தது.

'எல்லாவற்றையும்' என்றால்?

ஆலைகளுக்கு அருகிலேயே, அவற்றுக்குத் தேவையான மூலப்பொருள்களை வழங்கும் தாது, நிலக்கரிச் சுரங்கங்கள், மின்சார உற்பத்தி நிலையங்கள் இருந்தன. ஆலையின் தொடர்ந்த இயக்கத்தை உறுதிசெய்துகொள்வதற்காக, இவற்றையும், உருக்கு உற்பத்தியுடன் நேரடியாகச் சம்பந்தமில்லாத சிலவற்றையும்கூட லட்சுமி மிட்டல் வாங்க நேர்ந்தது.

இதனால், கரகண்டா பகுதியில் ஓடும் டிராம் வண்டிகளில் தொடங்கி, மின்சார விநியோகம், மருத்துவச் சேவைகள், தொலைக்காட்சி நிலையம், உள்ளூர்ச் செய்தித் தாள்கள் என்று எல்லாவற்றையும் இஸ்பாத் நிறுவனம்தான் நடத்திவருகிறது!

இப்படிப் பல கவனச் சிதறல்கள் இருந்தபோதும், அடிப்படை விஷயமான ஆலைகளின் தொழில்நுட்பத்தை மேம்படுத்தவேண்டும் என்பதில் லட்சுமி மிட்டல் கவனமாக இருந்தார். இதற்காகச் சில நிதி நிறுவனங்களிலிருந்து சுமார் 450 மில்லியன் டாலர்கள்வரை கடன் கேட்டுப் பெற்றார் அவர்.

வருடத்துக்கு ஆறு மில்லியன் டன்கள்வரை உருக்கு உற்பத்தி செய்யக்கூடிய திறன் கொண்ட கரகண்டா ஆலைகள், லட்சுமி மிட்டல் பொறுப்பேற்றுக்கொண்டபோது, சுமார் இரண்டரை மில்லியன் டன்கள் என்ற அளவுக்குதான் உற்பத்தி செய்துகொண்டிருந்தன.

மின்சாரப் பிரச்னைகள், தொழிலாளர்களின் திறமைக் குறைவு, அபாயகரமான பணிச் சூழ்நிலை என்று தொடங்கி, இதற்குப் பல காரணங்கள் இருந்தபோதும், நிர்வாகத்தைச் சரி செய்து, அநாவசியச் செலவுகளைக் குறைத்துவிட்டால் எல்லாம் சரியாகிவிடும் என்று நம்பியது இஸ்பாத்.

வழக்கம்போல், நிபுணர் குழு தயார் செய்த செயல்திட்டத்தைக் கையில் எடுத்துக்கொண்டு, ஒவ்வொரு விஷயமாகச் செயல் படுத்தத் தொடங்கினார்கள். ஆலைகள் விரிவாக்கப்பட்டன, மேம்படுத்தப்பட்டன, புதிய தொழில்நுட்பங்கள், இயந்திரங்கள் நிறுவப்பட்டன, இஸ்பாத்தின் மற்ற ஆலைகளிலிருந்து அனுபவஸ்தர்கள் கஜகஸ்தானுக்கு வந்து, இங்கிருக்கும் தொழிலாளர்களுக்குப் பாடம் எடுத்தார்கள், தேவையற்ற செலவுகள் என்னென்ன என்று ஆராய்ந்து, அவற்றுக்கான மாற்று ஏற்பாடுகளைச் செயல்படுத்தினார்கள்.

மொத்தத்தில், மெக்ஸிகோவிலும் கனடாவிலும் பிற பகுதிகளிலும் இஸ்பாத் என்ன செய்து வெற்றிபெற்றதோ, அதே நடவடிக்கைகளை, இங்கே மீண்டும் செயல்படுத்தினார்கள். அவ்வளவுதான்.

ஆனால், கரகண்டாவில் வேறு சில புதிய பிரச்னைகளும் இருந்தன. தொழிலாளர்களில் சிலர், எப்போதும் குடித்துவிட்டு வேலைக்கு வந்தார்கள், போதைப் பொருள்கள் சுதந்தரமாகப் பரிமாறிக்கொள்ளப்பட்டன, எல்லா நிலைகளிலும் ஊழல்.

இதன்மூலம், உற்பத்தி நேரடியாக பாதிக்கப்படுவதை உணர்ந்த இஸ்பாத், இத்தனை தொழிலாளர்கள் இந்த ஆலைகளுக்கு அவசியமா என்று ஆய்வு செய்ய ஆரம்பித்தார்கள். தேவையில்லாத பணிகள் குறைக்கப்பட்டன, அல்லது நீக்கப்பட்டன. எண்பத்தைந்தாயிரம் தொழிலாளர்களில், சுமார் இருபதாயிரம் பேர்வரை இப்படிப் பணி நீக்கம் செய்யப்பட்டார்கள்.

மிச்சமிருந்த தொழிலாளர்களிடமும், ஒரு விஷயத்தைத் தெளிவாகச் சொல்லிவிட்டது இஸ்பாத். உலகம்முழுவதும், ‘மிகப் பெரிய’ இலக்குகளைத் துரத்தியே பழக்கப்பட்டவர்கள்

நாங்கள். இங்கேயும் அப்படிப்பட்ட உழைப்பைதான் உங்களிடம் எதிர்பார்க்கிறோம், இதற்கு நீங்கள் ஒத்துழைக்காவிட்டால், உங்களையும் வெளியே அனுப்பத் தயங்கமாட்டோம்.

இதேபோல், கஜகிஸ்தான் அரசின் சில குறிப்பிட்ட நடவடிக்கைகள், கொள்கை மாறுதல்கள், சிவப்பு நாடாத்தனமான தாமதங்கள், ஊழல்களால், பல வெளிநாட்டுத் தொழில் நிறுவனங்கள் எரிச்சலடைந்து, அல்லது பயந்துபோய் அங்கே தங்களின் முதலீடுகளைக் குறைத்துக்கொண்டிருக்கின்றன.

இந்த விஷயத்தில், லட்சுமி மிட்டல் வித்தியாசமாகச் செயல்பட்டார், ஆலைகளின் உற்பத்தித் திறன் மேம்பாட்டை நேரடியாக பாதிக்காதவரை, அராசாங்கம் அல்லது வேறு வெளியாள்களின் நடவடிக்கைகளைப்பற்றி அவர் அவ்வளவாகக் கவலைப்படவில்லை, முடிந்தவரை எல்லோரோடும் அனுசரித்துக்கொண்டு, தன்னுடைய வேலையைமட்டும் கவனித்துக்கொண்டு இருந்துவிட்டார்.

அவரே சொல்வதுபோல், இந்தியர்களுக்கு நன்கு பழகிய விஷயம்தான் இது. அரசு அல்லது அரசியல்வாதிகளின் முட்டாள்தனத்தை நினைத்து வருத்தப்பட்டுக்கொண்டு அல்லது சண்டை போட்டுக்கொண்டிருப்பதைவிட, நாம் நம்முடைய வழியில் செல்வதுதான் நமக்கு லாபம் என்பதுதான் பல சூழ்நிலைகளில் லட்சுமி மிட்டலின் சுலப சூத்திரமாக இருந்தது.

அதேசமயம், லட்சுமி மிட்டல் கஜகிஸ்தான் அரசுடன் செய்து கொண்ட ஒப்பந்தத்தின்படி, ஆலைகளில் சில சுற்றுச்சூழல் விதிமுறைகள், மாசு கட்டுப்பாட்டு நடவடிக்கைகள், பணியாளர்களுக்கான பாதுகாப்பு ஏற்பாடுகள் போன்றவற்றைச் செயல்படுத்தவேண்டியிருந்தது. இந்த விஷயத்திலும் நேர்மையுடன் நடந்துகொண்ட இஸ்பாத் நிறுவனம், சில ஆண்டுகளுக்குள் 'இஸ்பாத் கார்மெட்' ஆலைகளில் உற்பத்தியாகும் உருக்கைப்போலவே, அங்குள்ள வேலைச் சூழலையும் உலகத் தரத்துக்கு உயர்த்திவிட்டது.

சுருக்கமாகச் சொன்னால், கஜகிஸ்தானில் லட்சுமி மிட்டல் இப்படிப் பெரிய அளவில் முதலீடு செய்கிறார் என்று தெரிந்ததும், மற்றவர்கள் எதையெல்லாம் நினைத்து பயந்தார்களோ, அந்தப்

பிரச்னைகள் எல்லாவற்றையும் அவர் நிஜத்தில் எதிர்கொள்ள நேர்ந்தது. ஆனால், அவற்றைக் கண்டு ஒதுங்காமல், தைரியமாக எதிர்கொண்டதில்தான், அவருடைய வெற்றி இருந்தது.

கஜகிஸ்தான் ஆலைகளை லட்சுமி மிட்டல் வாங்குவதற்குக் காரணமாக இருந்த டாக்டர். ஜொஹனஸ், மிட்டலின் சுறுசுறுப்பையும் வேகத்தையும் பாராட்டிச் சொல்கிறார். இந்த வாய்ப்பைப் பற்றிக் கேள்விப்பட்டதும், உடனடியாகச் செயல்பட்டு, ஆய்வுகளை நடத்தி, நிபுணர்களின் பரிந்துரையைப் பெற்று, கஜகிஸ்தான் பிரதமரைச் சந்தித்து, தனது ஆர்வத்தைச் சொல்லி, விலை நிர்ணயித்து... எல்லாமே ஒரு மாதத்துக்குள் முடிந்துவிட்டது.

நிஜமாகவே, எல்லோரும் சொல்வதுபோல் அது ஓர் ஆபத்தான முதலீடுதான். கிட்டத்தட்ட சூதாட்டம் போலத்தான், கொஞ்சம் அசந்தாலும், கதை தலைகீழாகத் திரும்பியிருக்கும், இன்றைக்கு நாம் லட்சுமி மிட்டலின் வரலாறைப் படித்துக் கொண்டிருக்கமாட்டோம்.

லட்சுமி மிட்டலின் அப்பா மோகன் லால் மிட்டலே குறிப்பிட்டிருப்பதுபோல், பின்விளைவுகள், சாத்தியங்களைப் பற்றி நினைத்துக் கவலைப்படாமல், யாரும் நெருங்கத் தயங்குகிற ஆபத்தான அந்த விளையாட்டில் இறங்குகிற துணிச்சல் லட்சுமி மிட்டலுக்கு இருந்தது. எந்தச் சூழ்நிலையிலும் ஜெயிக்கமுடியும் என்கிற அவருடைய நம்பிக்கையால்தான், கஜகிஸ்தான் சூழலைக்கண்டு அதைரியப்படாமல், மாற்று நடவடிக்கைகளைத் தீவிரமாகச் செயல்படுத்தமுடிந்தது. ஒரே ஆண்டுக்குள் ஆலைகளின் செயல்திறன் குறிப்பிடத்தக்க அளவில் உயர்ந்தது. லாபமும் வரத்தொடங்கியது.

அதன்பிறகு, அடுத்த பத்து ஆண்டுகளில், லட்சுமி மிட்டலின் உருக்குக் குழுமங்களுக்கு மிக அதிக லாபம் பெற்றுத்தரும் முக்கிய ஆலைகளில் ஒன்றாக 'இஸ்பாத் கார்மெட்' வளர்ந்துவிட்டது. பெருமுதலாளிகள் நுழையத் தயங்குகிற 'பழைய' சோவியத் யூனியனில், இன்னொரு வெற்றிக் கதையைச் சமைத்துவிட்டார் லட்சுமி மிட்டல்.

11. கல்கத்தா கார்னெகி

1976ம் ஆண்டு, இந்தோனேஷியாவில் 'இண்டோ இஸ்பாத்'தில் தொடங்கிய லட்சுமி மிட்டலின் உருக்கு ஆலை வரிசை, எண்பதுகளின் இறுதியில் தொடங்கி, படிப்படியாக வளரத் தொடங்கிவிட்டது.

டிரினிடாட், டொபகோ தீவுகளில் கரீபியன் இஸ்பாத் நிறுவனத்தைத் தோற்றுவித்தபோதுகூட, இந்தத் துறையில் நிறைய அனுபவம் சேர்த்துக்கொள்கிற ஆர்வம்தான் லட்சுமி மிட்டலிடம் இருந்தது. அந்த ஆர்வம், வேகமாகவும் வெறியாகவும் மாறுவதற்குச் சில வருடங்களானது.

தொண்ணூறுகளின் முற்பகுதியில், மெக்ஸிகோவில் 'இஸ்பாத் மெக்ஸிகானா' மற்றும் கனடாவில் 'இஸ்பாத் சிட்பெக்' ஆகியவை வெற்றிகரமாக இயங்கத் தொடங்கியபிறகு, பெரிய அளவில் புதிய முதலீடுகளைத் தேடுவதற்கான பண பலம் இஸ்பாத் நிறுவனத்துக்குக் கிடைத்தது.

கிட்டத்தட்ட இதே காலகட்டத்தில், மிட்டல் குடும்பத்தில் பாகப் பிரிவினையும் நேர்ந்துவிட்டது. இஸ்பாத்தின் வெளிநாட்டுச் செயல்பாடுகளுக்குப் பொறுப்பேற்றுக்கொண்ட லட்சுமி மிட்டல், முழுவேகத்தில் பன்னாட்டு முதலீடுகளை ஊக்குவிக்க ஆரம்பித்தார்.

இங்கேதான், அவருடைய இருபது ஆண்டுகால அனுபவம் லட்சுமி மிட்டலுக்குத் துணையாக நின்றது. தவிர, உலகெங்கும் நான்கைந்து பெரிய ஆலைகளை வெற்றிகரமாக இயக்கிக்கொண்டிருந்ததால், உருக்கு உற்பத்தித் துறையில் திறமைசாலிகளான பலர் அவரிடம் பணிபுரிந்துகொண்டிருந்தார்கள். எனவே, புதுத் தொழில்நுட்பங்கள் எல்லாவற்றையும் சரியான முறையில் நிறுவி, லாபகரமாக இயங்கச்செய்வதில் இஸ்பாத் சிறந்து விளங்கியது.

அதுமட்டுமின்றி, உருக்கு உற்பத்திக்குத் தேவையான *DRI* தொழில்நுட்பத்தை லட்சுமி மிட்டல் குழுவினர் மிக நன்றாகப் புரிந்துகொண்டு, வெற்றிகரமாகச் செயல்படுத்தி அனுபவம் பெற்றிருந்தார்கள். கடினமான இந்தத் தொழில்நுட்பத்தை, உலக அளவில் மிகச் சிறப்பாகப் பயன்படுத்தி வெற்றியடைந்த குழுமங்களில் 'இஸ்பாத் இண்டர்நேஷனல்' முக்கியமானது.

உருக்குத் தயாரிப்பின் மற்ற பழைய முறைகளோடு ஒப்பிடுகையில், இந்த *DRI* தொழில்நுட்பம் அதிக லாபம் தருவது, தவிர சிறு ஆலைகளுக்கு மிகப் பொருத்தமானதும்கூட. எனவே, இதில் நல்ல அனுபவம் பெற்றிருந்த இஸ்பாத், அதனைப் பல ஆலைகளில் புதிதாக நிறுவிச் செயல்படுத்தி நல்ல லாபம் அடைய முடிந்தது.

உலக உருக்குச் சந்தையில் குறிப்பிடத்தக்க ஓர் இடத்தைப் பிடிக்கவேண்டும் என்கிற லட்சியத்தை முன்வைத்து இயங்கிக் கொண்டிருந்த லட்சுமி மிட்டல், மேற்சொன்ன தனது பலங்கள் அனைத்தையும் மிகச் சரியாகப் பயன்படுத்திக்கொண்டார்.

பல நாடுகளில், நலிந்த ஆலைகள், தொழிற்சாலைகளைக் கண்டுபிடித்து, அவற்றை மேம்படுத்தமுடியுமா என்று தனது நிபுணர் குழுவின் உதவியுடன் ஆய்வு செய்து, தேவைப்படும் கூடுதல் முதலீடுகளைச் செய்து, மறுமலர்ச்சிக்கான செயல்திட்டங்களை உருவாக்கி, அனுபவம் மிக்க நிர்வாகிகள், தொழில்நுட்பப் பணியாளர்களின் உதவியுடன் அவற்றைக் கச்சிதமாகச் செயல்படுத்தி, செலவைக் குறைத்து, உற்பத்தியைப் பெருக்கி - கடந்த பதினைந்து ஆண்டுகளாக, லட்சுமி மிட்டல் திரும்பத் திரும்பச் செய்துகொண்டிருப்பது இதைத்தான்.

இதனால், கொஞ்சம்கொஞ்சமாகத் தனது ஆலைகளின் எண்ணிக்கை, மொத்த உருக்கு உற்பத்தியின் அளவை அதிகரித்துக்கொண்டேவந்த மிட்டல் குழுமம், மிகப் பெரிய பன்னாட்டு நிறுவனமாக வளர்ந்துவிட்டது.

அப்பா மோகன் லால் மிட்டலின் இஸ்பாத் குழுமத்தில் தொடங்கி, லட்சுமி மிட்டலின் படிப்படியான வளர்ச்சியைப் புரிந்துகொள்ளவேண்டுமானால், கடந்த முப்பது ஆண்டுகளில் அவருடைய முக்கிய நடவடிக்கைகளை, அல்லது கடந்த பதினைந்து ஆண்டுகளில் அவர் விலைக்கு வாங்கித் தனது குழுமத்தில் இணைத்த ஆலைகளின் பெயர்களைமட்டும் பட்டியலிட்டாலே போதும்.

இவ்வாறு, படிப்படியாக வளர்ந்து, தற்போது, நான்கு கண்டங்கள், பதினாறு நாடுகளில் தனது ஆலைகளை இயக்கிவருகிறார் லட்சுமி மிட்டல். உருக்கு உற்பத்தியில் வெற்றிகரமாக இயங்கிவரும் மிகச் சில 'உலக' நிறுவனங்களில் முதன்மையானதாக வளர்ந்திருக்கிறது அவருடைய 'மிட்டல் ஸ்டீல்'.

லட்சுமி மிட்டலின் 'மிட்டல் ஸ்டீல்' குழுமம், தற்சமயம் வருடத்துக்குச் சுமார் 49 மில்லியன் டன்கள் உருக்கு உற்பத்தி செய்துவருகிறது. இதுதவிர, உலகிலேயே அதிக அளவு DRI தயாரிக்கிற, பயன்படுத்துகிற குழுமம், 'மிட்டல் ஸ்டீல்'தான்.

ஆனால், இந்த நிலைமைக்கு வளர்வதற்குச் சற்றுமுன், இன்னும் சரியாகச் சொல்வதானால், தொண்ணூறுகளின் இறுதிப் பகுதியில் லட்சுமி மிட்டல் மிகப் பெரிய சிக்கல் ஒன்றில் மாட்டிக்கொண்டிருந்தார்.

அவர்மட்டுமில்லை. அப்போது உருக்கு சார்ந்த தொழில்களில் முதலீடு செய்திருந்த எல்லோருமே, உலக அளவில் உருக்கு இரும்பின் விலை சரிந்ததால், பெரும் பாதிப்புக்குள்ளானார்கள்.

பொதுவாகவே, இரும்புத் தொழில் பலவிதங்களில் நிலையற்றது என்று சொல்வார்கள். அந்தக் கருத்தை நிஜமாக்குவதுபோல், அந்தக் காலகட்டத்தில் இரும்புத் தொழிலதிபர்கள் எல்லோருக்கும் பெரிய நஷ்டம். பங்குச் சந்தையில் மிட்டல்

குழுமம் உள்ளிட்ட பல உருக்கு நிறுவனங்களின் பங்குகள், பெரிய அளவில் விலை குறைந்து தள்ளாடின.

இதையடுத்து, தனது மொத்த உற்பத்தியைக் குறைக்கப்போவதாக அறிவித்தது மிட்டல் குழுமம். அதுமட்டுமின்றி, உருக்கு உற்பத்திக்கான செலவுகள் கூடிவிட்டதால், அந்த ஆண்டுக்கான மிட்டல் குழுமத்தின் மொத்த லாபம் குறைவாகவே இருக்கும் என்றும் தெரிந்தது.

இந்த நிலைமை வருவதற்குச் சில ஆண்டுகள் முன்புதான், லட்சுமி மிட்டலின் இஸ்பாத் இண்டர்நேஷனல் குழுமம், பங்குச் சந்தைமூலம் நிதி திரட்டி, பொது நிறுவனமாகியிருந்தது. ஆகவே, அதன் உற்பத்தித் திறனில் ஏற்பட்ட தடுமாற்றமும் லாபக் குறைவுச் செய்தியும் பெரிய அதிர்வுகளை ஏற்படுத்தியது.

சிரமமான இந்தச் சூழலில் இருந்து, லட்சுமி மிட்டல் எப்படி மீண்டுவந்தார் என்பதைப் பார்ப்பதற்குமுன், கஜகிஸ்தானில் ‘இஸ்பாத் கார்மெட்’ ஆலைகளை வெற்றியடையச் செய்தபிறகு, லட்சுமி மிட்டல் என்னென்ன செய்தார் என்பதைச் சுருக்கமாகப் பார்த்துவிடலாம்.

1995ம் ஆண்டு, இந்தோனேஷியாவின் ஜகர்தா நகரிலிருந்து, இங்கிலாந்துத் தலைநகரமான லண்டனுக்குத் தனது ‘இஸ்பாத் இண்டர்நேஷனல்’ நிறுவனத்தின் தலைமையகத்தை மாற்றிய லட்சுமி மிட்டல், குடும்பத்துடன் லண்டன் நகரில் குடியேறினார்.

லண்டன் நகரத்தை, ‘உலகின் நிதி மையம்’ என்று வர்ணிக்கும் லட்சுமி மிட்டல், தனது தொழில் மற்றும் தனிப்பட்ட வாழ்க்கையை லண்டன் சார்ந்ததாக மாற்றிக்கொண்டதற்கு முக்கியமான காரணம், அப்போது பல நாடுகளில் முதலீடு செய்துவந்த அவர், அங்கெல்லாம் அடிக்கடி ‘பறந்து’ கவனித்துக் கொள்வதற்கு இங்கிலாந்து வசதியாக இருக்கும் என்று எண்ணியதுதான்.

இந்தக் காலகட்டத்தில் இன்னொரு பெருமைக்குரிய கௌரவமும் லட்சுமி மிட்டலைத் தேடி வந்தது. புகழ்பெற்ற உருக்குத் தொழில்துறை இதழான ‘நியூ ஸ்டீல்’, 1996ம் ஆண்டின் ‘Steelmaker of the year’ விருதை லட்சுமி மிட்டலுக்கு வழங்கி கௌரவித்தது.

இதை முன்னிட்டு, 1996 ஆகஸ்ட் 'நியூ ஸ்டீல்' இதழில் வெளியான, 'DRI / உருக்கு சாம்ராஜ்யம்', எனும் கட்டுரை, லட்சுமி மிட்டலின் வளர்ச்சியைத் திறம்பட விவரிக்கிறது. ஏற்கெனவே உலகப் புகழ் பெறத் தொடங்கியிருந்த லட்சுமி மிட்டலை, மேலும் பரந்த ஒரு தளத்தில் அறிமுகப்படுத்தியது 'நியூ ஸ்டீல்'.

லட்சுமி மிட்டலை, அந்த ஆண்டின் சிறந்த உருக்குத் தயாரிப்பாளராகத் தேர்ந்தெடுப்பதற்கு, 'நியூ ஸ்டீல்' சொல்லியிருக்கும் முக்கியக் காரணம், ஒற்றை ஆலையுடன், ஆசியச் சந்தையில்மட்டும் கவனம் செலுத்திக்கொண்டிருந்த இஸ்பாத் இண்டர்நேஷனலை, எட்டு வருடங்களுக்குள், உலகின் முன்னணி பன்னாட்டு உருக்கு நிறுவனமாக உருவாக்கியதுதான்.

அதுமட்டுமின்றி, 1988முதல், உலகின் வெவ்வேறு பகுதிகளில், மோசமான நிலையில் தடுமாறிக்கொண்டிருந்த ஆறு நலிந்த அரசு ஆலைகளை விலைக்கு வாங்கி, அவற்றை வெற்றிகரமாக இயங்கச் செய்திருப்பதையும் குறிப்பிட்டு, 'மற்ற உருக்குத் தயாரிப்பாளர்கள் நினைத்துக்கூட பார்க்காத விஷயம் இது', என்று பாராட்டுகிறது 'நியூ ஸ்டீல்.'

இந்த விருது அறிவிக்கப்பட்டபோது, உருக்கு உற்பத்தியில், உலக அளவில் பதினான்காவது இடத்தில் இருந்தது 'இஸ்பாத் இண்டர்நேஷனல்'. எனினும், இஸ்பாத்தின் கஜகிஸ்தான் ஆலை தனது முழுத் திறனுடன் இயங்கத் தொடங்கிவிட்டால், அந்த நிறுவனம் சட்டென்று ஆறாவது இடத்துக்கு உயர்ந்துவிடும் என்கிறது 'நியூ ஸ்டீல்'.

அதுவரையில், 'இஸ்பாத் இண்டர்நேஷனல்' மற்றும் 'LNM ஹோல்டிங்ஸ்' (LNM - லட்சுமி நாராயண்/நிவாஸ் மிட்டல்) என்ற இரு வேறு நிறுவனங்களின் சார்பில் தனது முதலீடுகளைச் செய்துகொண்டிருந்தார் லட்சுமி மிட்டல்.

இவற்றில் 'இஸ்பாத் இண்டர்நேஷனல்' என்பது, 1995ல் மிட்டல் குடும்பத்தில் ஏற்பட்ட பிளவின்போது, லட்சுமி மிட்டலின் பங்காகத் தரப்பட்ட பிரிவினைக் குறிக்கும். இந்த நிறுவனத்தை, 1997 மே மாதம் முறைப்படி ஹாலந்தில் பதிவு செய்த லட்சுமி

மிட்டல், இதற்காகப் பங்குச் சந்தையில் நிதி திரட்டி, அதனைப் பொது நிறுவனமாக்கலாம் என்று முடிவுசெய்தார்.

இஸ்பாத் சார்பில், இந்தப் பணிகளைப் பொறுப்பேற்று நடத்தியவர், லட்சுமி மிட்டலின் மகன் ஆதித்யா.

தற்சமயம் 'மிட்டல் ஸ்டீல்' குழுமத்தின் தலைவர் *(President)* மற்றும் தலைமை நிதி அதிகாரிப் பொறுப்புகளை வகிக்கும் ஆதித்யா மிட்டல், புகழ்பெற்ற வார்டன் கல்வி நிறுவனத்தில் பொருளாதாரம் படித்தவர். நிதி நிறுவனம் ஒன்றில் ஆறு மாதங்கள் பணியாற்றியபிறகு, 1997 ஜனவரியில் தனது குடும்ப நிறுவனமான இஸ்பாத்தில் இணைந்துகொண்ட ஆதித்யா மிட்டல், அதே ஆண்டின் பிற்பகுதியில், 'இஸ்பாத் இண்டர்நேஷனல்' நிறுவனத்திற்காகப் பங்குச் சந்தைமூலம் நிதி சேகரிக்கும் பணிகளுக்குப் பொறுப்பேற்றார்.

இதன்படி, லட்சுமி மிட்டலின் கட்டுப்பாட்டில் இயங்கிக் கொண்டிருந்த குழுமங்களின் ஒரு பகுதியை, இன்னும் குறிப்பாகச் சொல்லவேண்டுமானால், மெக்ஸிகோ, டிரினிடாட் & டொபகோ, கனடா மற்றும் ஜெர்மனி ஆகிய நாடுகளில் இஸ்பாத் குழுமம் இயக்கிவந்த ஆலைகள்மட்டும், 'இஸ்பாத் இண்டர்நேஷனல்' என்ற பொதுப் பெயருடன் நியூயார்க் மற்றும் ஆம்ஸ்டர்டாம் பங்குச் சந்தைகளில் முன்வைக்கப்பட்டன.

சாதாரணமாக, இரும்பு அல்லது உருக்குத் தொழில் சார்ந்த அமைப்புகள் பொது நிறுவனங்களாகும்போது, பங்குச் சந்தை முதலீட்டாளர்களிடையே அதற்கு அவ்வளவாக வரவேற்பு இருக்காது. இதற்குக் காரணம், அவை பெரும்பாலும் நிலையற்ற தொழில்கள் என்று அறியப்பட்டிருந்ததுதான். எதுவும் நிச்சயமில்லாத இந்தத் தொழிலை நம்பி எப்படி முதலீடு செய்யமுடியும் என்று பலரும் தயங்கிக்கொண்டிருந்ததால், உருக்கு நிறுவனங்களுக்குப் பெரிய சந்தை மதிப்பு எதுவும் இருக்கவில்லை.

ஆனால், இந்த வழக்கத்துக்கு நேர் எதிராக, நியூயார்க், ஆம்ஸ்டர்டாம் பங்குச் சந்தைகளில், 'இஸ்பாத் இண்டர் நேஷனல்' நிறுவனத்தின் *IPO (Initial Public Offering)*

நல்ல வரவேற்பைப் பெற்றது. காரணம், முந்தைய பத்து ஆண்டுகளில், லட்சுமி மிட்டலின் படிப்படியான வளர்ச்சியால், முதலீட்டாளர்களிடையே அவருடைய நிறுவனம்பற்றி நல்ல நம்பிக்கையும் ஆர்வமும் உண்டாகியிருந்ததுதான்.

இதனால், அந்தக் காலகட்டத்தில், உருக்குத் தொழில்துறையின் மிகப் பெரிய பரபரப்பாக இஸ்பாத் இண்டர்நேஷனல் பொது நிறுவனமாகும் அறிவிப்பு அமைந்தது. பெரும்பாலான ஊடகங்களில் லட்சுமி மிட்டலின் குறிப்பிடத்தக்க முதலீடுகள், சாதனைகள், வெற்றிக் கதைகள் போன்றவை தீவிரமாக அலசி ஆராயப்பட்டன.

1997 ஆகஸ்ட் மாதத்தில், 25 மில்லியன் 'இஸ்பாத் இண்டர்நேஷனல்' பங்குகள் வெளியிடப்பட்டன, இந்தப் பங்குகள் ஒவ்வொன்றுக்கும், சுமார் 29 டாலர்கள் விலை நிர்ணயிக்கப்பட்டிருந்தது.

இதன்மூலம், இஸ்பாத் குழுமத்துக்கு மொத்தம் 776 மில்லியன் டாலர்கள் நிதி திரட்டப்பட்டது. இந்தத் தொகையை, புதிய முதலீடுகளுக்கும், ஆலைகளின் உற்பத்தி முறைகளை மேம்படுத்துவதற்கும் பயன்படுத்துவோம் என்று அறிவித்தார் லட்சுமி மிட்டல்.

இப்படி ஒரு காலத்தில் முப்பது டாலர்களைத் தொட்டுக் கொண்டிருந்த இஸ்பாத் இண்டர்நேஷனல் பங்குகள், 2001ம் ஆண்டு ஜனவரியில், மூன்று டாலர்களுக்குக் குறைந்துவிட்டது. காரணம், உலக அளவில் இரும்பு விலையில் ஏற்பட்டிருந்த சரிவுதான்.

இந்தச் சறுக்கலை, லட்சுமி மிட்டலின் குழுமம் கொஞ்சமும் எதிர்பார்த்திருக்கவில்லை. ஏனெனில், தொண்ணூறுகளின் முற்பகுதியில் அவர்கள் வெற்றிகரமாக நிறைவேற்றிய அதே சூத்திரத்தைதான், அதன்பிறகும் தொடர்ந்து பின்பற்றிக் கொண்டிருந்தார்கள்.

இதன்படி, 1997ம் ஆண்டில், ஜெர்மனியில் '*Stahlwerk Ruhrort*', '*Walzdraht Hochfeld*' ஆகிய நிறுவனங்களை விலைக்கு வாங்கித் தனது குழுமத்துடன் இணைத்துக்கொண்டார் லட்சுமி மிட்டல்.

அடுத்த ஆண்டு, முதன்முறையாக அமெரிக்காவில் கால் பதித்தார்.

பல ஆண்டுகளாகவே, அமெரிக்க உருக்குச் சந்தையைக் கைப்பற்றவேண்டும் என்பது லட்சுமி மிட்டலின் கனவாக இருந்துகொண்டிருந்தது. ஆனால், அதற்குச் சரியான சந்தர்ப்பங்கள் அமையவில்லை. அவ்வப்போது ஒன்றிரண்டு வாய்ப்புகள் வந்தன, ஆனால், அவை முழுமையாகக் கைக்கு எட்டவில்லை.

1998ம் ஆண்டு, சிகாகோ நகரில் அமைந்திருந்த, அமெரிக்காவின் மிகப் பெரிய உருக்கு உற்பத்தியாளர்களில் ஒன்றான 'இன்லாண்ட் ஸ்டீல்' *(Inland Steel)* நிறுவனத்தை சுமார் 1.4 பில்லியன் டாலர்களுக்கு வாங்கினார் லட்சுமி மிட்டல். இதன்மூலம், இஸ்பாத் குழுமம் முதன்முறையாக அமெரிக்காவில் நுழைந்தது.

'இஸ்பாத் இன்லாண்ட்' என்று பெயர் மாற்றம் செய்யப்பட்ட இந்நிறுவனம், லட்சுமி மிட்டல் குழுவினர் அதன் நிர்வாகப் பொறுப்பை ஏற்றபிறகும்கூட, சிறிது காலத்துக்குத் தடுமாறிக் கொண்டுதான் இருந்தது. எனினும், அமெரிக்க உருக்குச் சந்தையில் தனது பங்களிப்பைத் தொடங்கியதை ஒரு முக்கியமான திருப்புமுனையாக எண்ணினார் லட்சுமி மிட்டல்.

அவருடைய இந்த எண்ணம், முற்றிலும் சரியாகவே அமைந்தது. 'இஸ்பாத் இன்லாண்ட்' நிறுவனத்தைத் தொடர்ந்து வெற்றிகரமாக நடத்திய லட்சுமி மிட்டல், பின்னர், வேறொரு சந்தர்ப்பத்தில், இன்னொரு புத்திசாலித்தனமான முதலீட்டின்மூலம், அமெரிக்க உருக்கு உற்பத்தியாளர்களின் பட்டியலில் முதல் இடத்துக்கு உயர்ந்தார் அவர்.

லட்சுமி மிட்டல் இன்லாண்ட் நிறுவனத்தை வாங்குவதற்கு முன்பே, அந்நிறுவனத்தின் உருக்குத் தயாரிப்புகள் உலக அளவில் தரத்துக்குப் புகழ் பெற்றிருந்தன. எனவே, அவருடைய 'இஸ்பாத் இன்லாண்ட்' நிர்வாகக் குழுவினர், ஆலைகளின் தொழில்நுட்பங்கள், உற்பத்தி வழிமுறைகளை அலசுவதைக் காட்டிலும், அநாவசியமான செலவுகளைக் குறைப்பதில்தான் அதிக கவனம் செலுத்தினார்கள்.

இதன்மூலம், பல மில்லியன் டாலர்கள் சேமிக்கப்பட்டது. இதனோடு, ஆலைகளை அவற்றின் முழு உற்பத்தித் திறனில் இயக்குவதில் கவனம் செலுத்தியதால், லாபமும் கணிசமாக அதிகரித்தது.

இன்னொரு விதத்திலும், 'இஸ்பாத் இன்லாண்ட்' முதலீடு லட்சுமி மிட்டலுக்குப் பயன் தருவதாக அமைந்தது. அமெரிக்கா சார்ந்து இயங்கும் சர்வதேச ஊடகங்கள் பலவும், அவரைப்பற்றிய, அவரது நிறுவனங்களைப்பற்றிய செய்திகளைத் தொடர்ந்து வெளியிடத் தொடங்கின. அதுவரை, உருக்குத் தொழில் வட்டாரங்களில்மட்டும் கேள்விப்பட்டிருந்த 'லட்சுமி மிட்டல்' எனும் பெயர், பொதுவாக எல்லோரையும் சென்று சேர்ந்த காலகட்டம் இது.

புகழ்பெற்ற வால்ஸ்ட்ரீட் ஜர்னல் *(WallStreet Journal)* இதழ், உலக அளவில், உருக்குத் தொழில்துறையின் முன்னோடிப் பிதாமகரான ஆண்ட்ரூ கார்னெகியுடன் லட்சுமி மிட்டலை ஒப்பிட்டு, 'கல்கத்தாவிலிருந்து ஒரு கார்னெகி' *(Carnegie from Calcutta)* என்று பாராட்டியது.

அப்போது அந்தக் கட்டுரையைப் படித்தவர்களுக்கு, மிகையான பாராட்டு என்று தோன்றியிருக்கலாம். ஏனெனில், லட்சுமி மிட்டலின் தனிப்பட்ட கட்டுப்பாட்டில் இயங்கிய ஆலைகள், மற்றும் அவரது தலைமையில் செயல்பட்ட பொது நிறுவனமான 'இஸ்பாத் இண்டர்நேஷனல்' ஆலைகள் அனைத்தையும் சேர்த்துப் பார்த்தால்கூட, அவற்றின் மொத்த உருக்கு உற்பத்தியின்படி, அவர் உலகச் சந்தையில் ஆறாவது அல்லது ஏழாவது இடத்தில்தான் இருந்தார்.

எனவே, இப்படிப் பத்தோடு பதினொன்றாக இருக்கிற ஒருவரைப்போய், ஒருகாலத்தில் உருக்குத் தொழிலின் ஒரே சூப்பர் ஸ்டாராக இயங்கிக்கொண்டிருந்த கார்னெகியுடன் ஒப்பிடுகிறார்களே என்று அப்போது சிலர் எண்ணியிருக்கக்கூடும்.

அடுத்த சில ஆண்டுகளில், இந்தப் பாராட்டுகள், பட்டங்களுக்கெல்லாம் தனக்கு முழுத் தகுதி உண்டு என்று சந்தேகத்துக்கிடமின்றி அழுத்தமாக நிரூபித்தார் லட்சுமி மிட்டல்.

12. சரிவும் உயர்வும்

1999ம் ஆண்டில், லட்சுமி மிட்டலின் மகன் ஆதித்யா மிட்டல், இஸ்பாத் குழுமங்களில் மிக முக்கியமான ஒரு பொறுப்பை ஏற்றுக்கொண்டார்.

இந்த ஆண்டிலிருந்து, இஸ்பாத் இண்டர்நேஷனல் மற்றும் LNM ஹோல்டிங்ஸ் ஆகிய நிறுவனங்கள், உலகெங்கிலும் உள்ள உருக்கு ஆலைகள், நிறுவனங்களைத் தங்களுடன் இணைத்துக்கொள்ளும் நடவடிக்கைகள் அனைத்தும் ஆதித்யா மிட்டலின் நேரடிக் கண்காணிப்பில் நடைபெற்றன.

அதாவது, 1988ம் ஆண்டிலிருந்து லட்சுமி மிட்டல் மும்முரமாகச் செய்துகொண்டிருந்த பணியில், இப்போது அவருடைய மகனும் பங்களிக்கத்தொடங்கினார். எனவே, முன்பைக்காட்டிலும் அதிக வேகத்துடன் செயல்பட்டு, வரிசையாகப் பல்வேறு ஆலைகளைத் தங்கள் குழுமத்தின்கீழ் இணைக்கஆரம்பித்தார்கள்.

1999ம் ஆண்டில், பிரான்சு நாட்டைச் சேர்ந்த 'யுனிமெட்டல்' (Unimetal), 2001ம் ஆண்டில், அல்ஜீரியாவைச் சேர்ந்த ALFASID ஆகிய நிறுவனங்களை வாங்கியது இஸ்பாத். இதையடுத்து, ரொமேனியா நாட்டில் ஒரு நல்ல வாய்ப்பு தென்பட்டது.

ரொமேனிய நாட்டின் மிகப் பெரிய தொழில் வளாகங்களில் ஒன்றான 'சிடெக்ஸ்' (Sidex) உருக்கு ஆலைகள், அப்போது

நாளுக்குச் சுமார் ஒரு மில்லியன் டாலர்கள்வரை நஷ்டத்தில் இயங்கிக்கொண்டிருந்தன.

பொதுவாகவே, இரும்பு / உருக்குத் தொழிலுக்கு உலக அளவில் நலிவு ஏற்பட்டிருந்த காலகட்டம் அது. எனினும் தினந்தோறும் ஒரு மில்லியன் டாலர்களை இழந்துகொண்டிருந்தால், யாரால்தான் சமாளிக்கமுடியும்? உடனடியாக 'சிடெக்ஸ்' ஆலைகளைத் தனியார்மயமாக்கிவிடலாம் என்று முடிவுசெய்தது ரொமானிய அரசாங்கம்.

வழக்கம்போல், இந்த ஏலத்திலும் இஸ்பாத் நிறுவனம் பங்குபெற்றது. அறுபது மில்லியன் டாலர்களுக்கு 'சிடெக்ஸ்' ஆலைகளை வாங்கிக்கொள்ள விரும்புவதாகத் தெரிவித்திருந்தார்கள் அவர்கள்.

இஸ்பாத் நிறுவனத்தைத்தவிர வேறு யாரும் கடுமையான தொடர் நஷ்டத்தில் தள்ளாடிக்கொண்டிருந்த 'சிடெக்ஸ்' ஆலைகளை வாங்கிக்கொள்வதற்கு ஆர்வம் தெரிவிக்கவில்லை என்கிறார் லட்சுமி மிட்டல். ஆனால், அந்த ஏலத்தில் இஸ்பாத்துடன், இன்னொரு பிரெஞ்சு நிறுவனமும் பங்குபெற்றிருந்ததாகத் தெரிகிறது.

இதனால், இந்த இரு நிறுவனங்களில் யாருக்கும் 'சிடெக்ஸ்' ஆலைகளை விற்கலாம் என்று முடிவெடுக்கமுடியாமல் ரொமானிய அரசு தயங்கியது. அப்போதுதான், இரண்டு முக்கியமான நிகழ்ச்சிகள் நடைபெற்றன.

முதலாவதாக, 'சிடெக்ஸ்' ஏலத்தில் பங்கேற்ற இஸ்பாத் நிறுவனத்தைப்பற்றி, ரொமானிய அரசாங்கத்துக்கு எதுவும் தெரிந்திருக்கவில்லை. ஆகவே, இவர்கள் நிஜமாகவே உருக்கு உற்பத்தியில் அனுபவஸ்தர்கள்தானா, இவர்களை நம்பி நம்முடைய ஆலைகளை ஒப்படைக்கலாமா என்று உறுதி செய்துகொள்ள விரும்பிய அரசு, தன்னுடைய உயர் அதிகாரிகள் அடங்கிய ஒரு குழுவை இஸ்பாத்தின் கஜகிஸ்தான் ஆலைகளுக்கு அனுப்பிவைத்தது.

கஜகிஸ்தானில் இஸ்பாத்தின் வெற்றிக் கதையைக் கேட்டு, பார்த்துத் தெரிந்துகொண்ட இந்த அதிகாரிகள், லட்சுமி

மிட்டல் குழுவினரின் நிர்வாகத் திறமையில் தங்களுக்கு முழு நம்பிக்கை உள்ளதாகவும், அவர்களால் 'சிடெக்ஸ்' ஆலைகளையும் திசைதிருப்பி வெற்றியடையச்செய்ய முடியும் என்று நம்புவதாகவும் ஓர் அறிக்கை சமர்ப்பித்தது.

கிட்டத்தட்ட இதே சமயத்தில், இங்கிலாந்துப் பிரதமர் டோனி பிளெய்ர் (Tony Blair), ரொமானியாவின் பிரதமர் அட்ரெய்ன் நஸ்தஸே(Adrian Nastase)வுக்கு ஒரு கடிதம் எழுதினார், அந்தக் கடிதத்தில், 'சிடெக்ஸ்' ஆலைகளை லட்சுமி மிட்டலின் இஸ்பாத் நிறுவனத்துக்கு விற்கலாம் என்று அவர் சிபாரிசு செய்திருந்ததாகத் தகவல்.

இந்தக் கடிதம்பற்றிய விவரங்கள் வெளியே தெரிந்ததும், இங்கிலாந்தில் பெரிய சர்ச்சை எழுந்தது. பத்திரிகையாளர்களும் எதிர்க்கட்சியினரும், ஒரே ஒரு கேள்வியைக் கையிலெடுத்துக் கொண்டு, அரசுக்கு எதிராகப் போராடத் தொடங்கினார்கள் – டோனி பிளெய்ர் எதற்காக லட்சுமி மிட்டலுக்குச் சிபாரிசு செய்யவேண்டும்?

லட்சுமி மிட்டல் இங்கிலாந்தைச் சேர்ந்தவர் இல்லை. அவருடைய தலைமையகம் லண்டனில் இருந்தாலும், அவரது நிறுவனங்கள் இங்கிலாந்தில் பதிவு செய்யப்பட்டவை அல்ல, இங்கிலாந்தில் அவர் பெரிய முதலீடுகள் எதையும் செய்திருக்கவில்லை. சுருக்கமாகச் சொன்னால், லட்சுமி மிட்டல் இங்கிலாந்தில் வாழ்ந்தாலும்கூட, எந்தவிதத்திலும் அவரை ஓர் இங்கிலாந்துத் தொழிலதிபராகக் கருதமுடியாது.

அப்படியானால், லட்சுமி மிட்டலுக்காகச் சிபாரிசு செய்து, இங்கிலாந்துப் பிரதமர் ரொமானியப் பிரதமருக்குக் கடிதம் எழுதவேண்டிய அவசியம் ஏன் ஏற்பட்டது? 'சிடெக்ஸ்' ஆலைகளை லட்சுமி மிட்டல் வாங்குவதால், இங்கிலாந்துக்கு என்ன லாபம்?

இந்த கலாட்டாவெல்லாம் நடப்பதற்குச் சிறிது காலம் முன்புதான், டோனி பிளெய்ரின் லேபர் கட்சிக்கு லட்சுமி மிட்டல் பெரிய அளவில் நன்கொடை வழங்கியிருந்தார். இந்த விஷயத்தை அறிந்திருந்த பத்திரிகைகள், அந்த நன்கொடையை, 'லஞ்சம்' என்று வர்ணித்தன.

அதாவது, லட்சுமி மிட்டலிடம் லஞ்சம் வாங்கிக்கொண்டு, இங்கிலாந்துக்கு எந்தவிதத்திலும் சம்பந்தப்படாத அவருக்காக, இங்கிலாந்துப் பிரதமர் சிபாரிசுக் கடிதம் எழுதிவிட்டார் என்று குற்றச்சாட்டு.

இந்தக் குற்றச்சாட்டுகளை, லட்சுமி மிட்டல், டோனி பிளெய்ர் இருவருமே மறுக்கிறார்கள். எனினும், இன்றுவரை இந்தச் சர்ச்சை ஓயவில்லை.

லட்சுமி மிட்டலைப் பொறுத்தவரை, அவருக்கு லேபர் கட்சியின் செயல்பாடுகள் பிடித்திருக்கிறது, ஆகவே, அதனை ஆதரிக்கும் விதத்தில், நன்கொடை வழங்கியதாகச் சொல்கிறார். இதற்கும், ரொமேனியாவில் நடந்ததற்கும் எந்தச் சம்பந்தமும் இல்லை என்கிறார் அவர்.

தவிர, ‘சிடெக்ஸ்’ ஏலத்தில் இஸ்பாத் நிறுவனத்துக்குப் போட்டியாளர்களே யாரும் இல்லை என்கிறார் லட்சுமி மிட்டல். அதுமட்டுமின்றி, டோனி பிளெய்ர் இப்படி ஒரு கடிதத்தை எழுதுவதற்குமுன்பே, ரொமானிய அரசு ‘சிடெக்ஸ்’ ஆலைகளை இஸ்பாத் நிறுவனத்துக்கு விற்பதாகத் தீர்மானித்துவிட்டது என்றும் சமீபத்தில் ஒரு பேட்டியில் குறிப்பிட்டிருக்கிறார்.

பிரதமர் டோனி பிளெய்ர், தனது இந்தக் கடிதம் முழுக்க முழுக்க, இங்கிலாந்துத் தொழில்துறை வளர்ச்சியைமட்டும் மனத்தில் கொண்டு எழுதப்பட்டது என்கிறார். மற்றபடி, இந்தக் கடிதத்தை எழுதும்போது, லேபர் கட்சிக்கு லட்சுமி மிட்டல் நன்கொடை வழங்கியிருக்கிற விஷயம்கூட தனக்குத் தெரியாது என்று வாதிடுகிறார் அவர்.

ஆனால், எதிர் கோஷ்டியினர் யாரும் இந்த வாதத்தை ஏற்பதாக இல்லை. லட்சுமி மிட்டலால் இங்கிலாந்துக்கு நயா பைசா பிரயோஜனம் கிடையாது எனும்போது, அவருக்காக இங்கிலாந்துப் பிரதமர் சிபாரிசு செய்திருப்பது, நிச்சயமாக ஓர் ஊழல் நடவடிக்கைதான் என்று அவர்கள் நம்புகிறார்கள். ஆகவே, இந்த விஷயத்தில் யார் சொல்வது உண்மை என்பது இன்றுவரை விவாதத்துக்குரிய விஷயமாகவே இருக்கிறது.

எப்படியோ, டோனி பிளெய்ரின் கடிதத்தால் தூண்டப்பட்டு,

அல்லது கஜகிஸ்தான் இஸ்பாத் ஆலைகளில் பார்த்ததை மனத்தில் கொண்டு, ரொமானிய அரசு தனது 'சிடெக்ஸ்' ஆலைகளை இஸ்பாத் நிறுவனத்துக்கு விற்பதாக முடிவுசெய்துவிட்டது.

இதற்கான ஒப்பந்தம் கையெழுத்தானபிறகு, இஸ்பாத்தின் கஜகிஸ்தான் ஆலைகளின் நிர்வாகப் பொறுப்பில் இருந்த நரேந்திர சவுத்ரியை, 'இஸ்பாத் சிடெக்ஸ்' என்று புதுப் பெயர் சூட்டப்பட்டிருந்த இந்த ரொமானிய ஆலைகளுக்குப் பொறுப்பாளராக அனுப்பினார் லட்சுமி மிட்டல்.

ரொமானியாவில் 'இஸ்பாத் சிடெக்ஸ்' ஆலைகள் அமைந்திருந்த பகுதி, அடிப்படை வசதிகள்கூட முழுமையாக இல்லாத ஒரு குக்கிராமம் என்றுதான் சொல்லவேண்டும். 'வளர்ந்த நாடுகளிலிருந்து வருபவர்கள் இப்படிப்பட்ட சூழ்நிலையை ஒரு குறையாகப் பார்ப்பார்கள். ஆனால், இந்தியர்களுக்கு இதெல்லாம் பழகிப்போன விஷயம்', என்கிறார் சௌத்ரி.

இதனால், மோசமான சாலைகளில் தொடங்கி, அங்கிருந்த எல்லாக் குறைகளையும் சாதாரணமாக எடுத்துக்கொண்டு, இஸ்பாத் குழுவினரால் தங்களின் வேலையில்மட்டும் கவனம் செலுத்தமுடிந்தது. அநேகமாக இஸ்பாத் கைப்பற்றிய எல்லா ஆலைகளிலும் இந்தப் பொது குணத்தைப் பார்க்கமுடிகிறது.

'சிடெக்ஸ்' ஆலைகளின் தொழிலாளர்களுக்கு, நிறைய சம்பள பாக்கி இருந்தது. அதையெல்லாம் முதலில் தீர்த்துவைத்த இஸ்பாத், அவர்களுடைய முழு நம்பிக்கை மற்றும் ஒத்துழைப்பைப் பெற்றது. இதனால், ஆலைகளில், உற்பத்தி முறைகளில் இஸ்பாத் கொண்டுவர விரும்பிய மாற்றங்களைச் சுலபமாகச் செயல்படுத்தமுடிந்தது.

அதன்பிறகு, வழக்கம்போல் புதுத் தொழில்நுட்பங்கள், மேம்பாடுகள், புதிய விற்பனை வழிமுறைகள், சிக்கன நடவடிக்கைகள் என்று வரிசையாகத் தனது அனுபவத்தைச் செயலாக்கிய இஸ்பாத், இரண்டு வருடங்களுக்குள், ஆலைகளின் விற்பனையை இருமடங்காக்கி, செலவுகளையும் வெகுவாகக் குறைத்துவிட்டது.

ரொமானியாவில் 'இஸ்பாத் சிடெக்ஸ்' வெற்றிக்குப்பிறகு, 2004ம்

ஆண்டில், அதே நாட்டைச் சேர்ந்த *Tepro, Petrotub Roman* மற்றும் *Siderurgica Hunedoara* என்ற மூன்று உருக்கு உற்பத்தி நிலையங்களை வாங்கியது இஸ்பாத்.

இஸ்பாத் நிறுவனத்தின் மற்ற வெளிநாட்டு முதலீடுகளோடு ஒப்பிடுகையில், இந்தக் காலகட்டத்தில் ரொமானியாவில் அவர்கள் அடைந்திருந்த வெற்றி அசாதாரணமானது. ஏனெனில், ஒரு மிகப் பெரிய பிரச்னைச் சூழலுக்கு நடுவே, அவர்கள் இந்தச் சாதனையைச் செய்திருந்தார்கள்.

பிரச்னை என்றால், உள்ளூர் அரசாங்கமோ, தொழிலாளர்களோ, உற்பத்தி வழிமுறைகள், வீண் செலவுகளோ இல்லை. இதுபோன்ற வழக்கமான தலைவலிகளைச் சமாளித்து, ஓர் ஆலையை நஷ்டத்திலிருந்து லாபத்துக்குக் கொண்டுவருவது லட்சுமி மிட்டல் குழுவினருக்கு நன்கு பழகிப்போயிருந்த விஷயம்தான்.

லட்சுமி மிட்டல் அப்போது சந்தித்துக்கொண்டிருந்த பிரச்னை, வேறு விதமானது, அவருடைய உருக்குக் கோட்டையின் அடித் தளத்தையே ஆட்டம் காணச்செய்யும் அளவுக்குத் தீவிரமானது.

இருபதாம் நூற்றாண்டின் இறுதிப் பகுதியில், உலக அளவில் இரும்பு மற்றும் உருக்கின் விலை குறைந்ததால், மிட்டலின் சாம்ராஜ்யத்தில் ஒரு பெரிய சரிவு ஏற்பட்டிருந்தது. பொது நிறுவனமான 'இஸ்பாத் இண்டர்நேஷனல்', மற்றும் லட்சுமி மிட்டலின் தனிப்பட்ட முதலீடுகளைக் கொண்ட 'LNM ஹோல்டிங்ஸ்' ஆகிய இரண்டிலும், தீவிரமான பிரச்னைகள் முளைத்தன.

இந்த நிலைமைக்கு முக்கியமான காரணம், உலகிலேயே அதிக அளவு உருக்கு இரும்பைப் பயன்படுத்தும் ஆசிய நாடுகளிலும் பிற பகுதிகளிலும்கூட, உருக்கு உபயோகத்தின் அளவு திடீரென்று குறைந்துபோய், ஒரு கட்டத்தில் உறைந்து நின்றுவிட்டாற்போலாகிவிட்டது.

இதனால், உருக்கு உற்பத்தியாளர்கள் எல்லோருக்கும் பெரிய தலைவலி உண்டாகிவிட்டது. மிகப் பெரிய ஆலைகளை வைத்துக்கொண்டு, அவை தயாரிக்கும் உருக்குப்

பொருள்களையெல்லாம் என்ன செய்வது என்று தெரியாமல் தவித்தார்கள். உள்நாட்டிலும் தேவை குறைந்துவிட்டது, ஏற்றுமதி வாய்ப்புகளும் அநேகமாக நின்றுபோய்விட்டது, அப்படியென்றால், வேறு என்னதான் வழி?

வழக்கம்போல், இரும்புத் தொழில் தனது நிலையற்ற தன்மையை வெளிப்படுத்திவிட்டது. உலக அளவில் உருக்கு சார்ந்த பெரிய, சிறிய தொழில் நிறுவனங்கள் எல்லோரும் இதனால் பாதிக்கப்பட்டார்கள்.

இந்தப் பிரச்னையைச் சமாளித்து, உயிர் பிழைப்பதற்காக, சில நிறுவனங்கள் ஒருங்கிணைந்து போராடத் தொடங்கினார்கள், வேறு பல நிறுவனங்கள் நஷ்டத்தைத் தாங்கமுடியாமல், அடிமாட்டு விலையில் விற்கப்பட்டன.

இப்படியொரு சிரமமான காலகட்டத்தில்தான், இஸ்பாத் நிறுவனம் ரொமானியாவில் 'சிடெக்ஸ்' ஆலைகளை விலைக்கு வாங்கி நடத்தத்தொடங்கியது. முந்தைய ஆண்டுகளோடு ஒப்பிடுகையில், உலக அளவில் உருக்கு விற்பனை வெகுவாகக் குறைந்துவிட்டதால், இப்போது ரொமானியாவிலிருந்து கிடைக்கிற உருக்கையும் வெறுமனே சேர்த்துவைத்துக்கொண்டு, என்ன செய்வது?

உலகிலேயே மிக அதிக அளவு உருக்கு உற்பத்தி செய்யும் நிறுவனங்களில் ஒன்றான லட்சுமி மிட்டல் குழுமம், இந்தத் தேவைக் குறைவால் வெகுவாக பாதிக்கப்பட்டது. சீக்கிரத்தில் நிலைமை சரியாகாவிட்டால், இத்தனை ஆலைகளின் உற்பத்திச் செலவுகளைக்கூட நேர் செய்யமுடியாதபடி, பெரிய அளவு நஷ்டம், கடன்கள் உருவாகிவிடும் என்கிற சூழ்நிலை.

கிட்டத்தட்ட ஓர் ஆண்டுக்குமேல் இந்தச் சிரமச் சூழல் நீடித்தது. இதிலிருந்து யாரும் முழுவதுமாக வெளியே வரமுடியாதோ என்கிற அளவுக்குக் கடுமையான வறட்சி எல்லோரையும் உலுக்கிவிட்டது.

அதன்பிறகு, சட்டென்று காட்சி மாறியது. உலக அளவில் உருக்கு உபயோகத்தின் அளவு, எந்த வேகத்தில் குறைந்ததோ, அதே வேகத்தில் உயர்ந்துவிட்டது. குறிப்பாக, மக்கள் தொகை

அதிகமுள்ள சீனா, இந்தியா ஆகிய நாடுகளில் கட்டுமானப் பணிகள் மற்றும் வீட்டு உபயோகப் பொருள்களின் தயாரிப்புக்காக உருக்குத் தேவை கூடியதால், மறுபடியும் உருக்குத் தொழிலில் வேகம் அதிகரித்தது.

இதனால், உலகச் சந்தையில் உருக்கின் விலை இருமடங்காக உயர்ந்தது. ஆகவே, லட்சுமி மிட்டல் சார்ந்த நிறுவனங்கள் மீண்டும் நல்ல லாபத்தில் இயங்கத்தொடங்கின, பழைய வேகத்துடன் மீண்டும் தங்களது பன்னாட்டு முதலீடுகளில் கவனம் செலுத்தத் தொடங்கினார்கள் லட்சுமி மிட்டலும் ஆதித்யா மிட்டலும்.

2003ம் ஆண்டில், செக் குடியரசைச் சேர்ந்த நோவா ஹட் (Nova Hut) நிறுவனத்தை வாங்கிய லட்சுமி மிட்டல், அடுத்த ஆண்டில், போலந்து நாட்டைச் சேர்ந்த போல்ஸ்கி ஹடு ஸ்டாலி (Polskie Huty Stali), போஸ்னியாவைச் சேர்ந்த BH ஸ்டீல், தென் ஆப்பிரிக்காவின் இஸ்கார் (Iscor) உள்ளிட்ட பல நிறுவனங்களை வரிசையாக வாங்கி, தனது இஸ்பாத் குழுமத்துடன் இணைத்துக்கொண்டார்.

இதன்மூலம், தனது மொத்த உருக்கு உற்பத்தியைப் பெருமளவு அதிகரித்துக்கொண்ட லட்சுமி மிட்டல் குழுமம், உலகின் இரண்டாவது மிகப் பெரிய உருக்கு நிறுவனம் என்ற பெருமையை அடைந்தது.

அதன்பிறகு, இரண்டாவது இடத்திலிருந்து, முதல் இடத்துக்கு ஒரு மிகப் பெரிய பாய்ச்சல்!

13. உச்சத்தில்...

வழக்கமாக, உலகின் மிகப் பெரிய பணக்காரர்கள் என்று ஒரு பட்டியல் போட்டால், அதில் பெரும்பான்மையினர் அமெரிக்கர்களாகதான் இருப்பார்கள். போனால் போகிறது என்றுதான் மற்ற நாடுகளுக்குக் கொஞ்சூண்டு இடம் ஒதுக்குவார்கள். அதுவும், நம் ஊர்க்காரர்களெல்லாம் ரொம்பப் பின்னால்தான் தொற்றிக்கொள்ளவேண்டியிருக்கும்.

ஆனால், புகழ்பெற்ற ஃபோர்ப்ஸ் *(Forbes)* இதழ், *2005*ம் ஆண்டின் உலகப் பணக்காரர்கள் பட்டியலை அறிவித்தபோது, மேற்சொன்ன வழக்கத்துக்கு மாறாக, அதில் ஓர் ஆச்சரியம் இருந்தது.

அந்தப் பட்டியலில் எப்போதும்போல், முதல் இரு இடங்களில் எல்லோருக்கும் தெரிந்த பில் கேட்ஸ், வாரன் பஃபெட் ஆகியோர் இடம்பெற்றிருந்தார்கள். இவர்களுக்கு அடுத்தபடியாக, மூன்றாவது இடத்தில், அநேகமாகப் பலரும் கேள்விப்பட்டிராத லட்சுமி மிட்டல்!

இத்தனைக்கும், இதே 'ஃபோர்ப்ஸ்' பட்டியலில், முந்தைய வருடத்தில் *63*வது இடத்தில் இருந்தார் லட்சுமி மிட்டல். ஒரே வருடத்துக்குள், பரமபத ஆட்டத்தில் மிகப் பெரிய ஏணி ஒன்றைத் தொட்டதுபோல, விறுவிறுவென்று மேலே ஏறி, உலகின் மூன்றாவது பெரிய பணக்காரராகிவிட்டார்.

இந்தப் பட்டியலின்படி, லட்சுமி மிட்டலின் சொத்து மதிப்பு 25 பில்லியன் டாலர்கள் என்று கணக்கிட்டிருந்தது ஃபோர்ப்ஸ். அதாவது, சென்ற ஆண்டுக் கணக்கைவிட, சுமார் 19 பில்லியன் டாலர்கள் அதிகம்!

நம் ஊர் மதிப்பில் பார்த்தால், ஒரே வருடத்தில், கிட்டத்தட்ட ஒரு லட்சம் கோடி ரூபாய் சம்பாதித்துவிட்டார் லட்சுமி மிட்டல். எப்படி? இந்தக் கேள்வியோடுதான், நேற்றைக்குத் தொழில் ஆரம்பித்தவர்களில் தொடங்கி, அனுபவம் மிக்க கார்ப்பரேட் பெரிசுகள்வரை எல்லோரும் லட்சுமி மிட்டலை ஆர்வத்தோடு கவனிக்கஆரம்பித்தார்கள்.

லட்சுமி மிட்டலை உலகின் மூன்றாவது பெரிய பணக்காரராக அறிவித்த அதே 'ஃபோர்ப்ஸ்' இதழ், ஓர் ஆண்டுக்குள் அவருடைய சொத்து மதிப்பு இப்படிப் பலமடங்கு அதிகரித்தது ஏன் என்பதையும் அலசியிருக்கிறது.

முதலாவதாக, உலக அளவில் பெரிய சரிவைச் சந்தித்துக் கொண்டிருந்த உருக்குத் தொழில், முந்தைய ஆண்டில்தான் பழைய வேகத்தில் இயங்கத்தொடங்கியிருந்தது. இதனால், சர்வதேசச் சந்தையில் உருக்கின் விலை இருமடங்குக்கும் மேலாக உயர்ந்தது.

இப்படி உருக்கின் விலை அதிகரிக்கும்போது, தனது பெரும் பான்மைத் தொழில் முதலீடுகள் அனைத்தையும் உருக்கிலேயே முடக்கியிருக்கும் லட்சுமி மிட்டலின் சொத்து மதிப்பும் பெருமளவு உயர்ந்திருப்பதாகக் குறிப்பிடுகிறது ஃபோர்ப்ஸ்.

இதேபோல், முந்தைய ஆண்டில், லட்சுமி மிட்டலின் புத்திசாலித்தனமான பன்னாட்டு முதலீடுகள் ஒவ்வொன்றும், அவருடைய நிறுவனங்களின் மொத்த லாபத்தைக் கூட்டுவதற்குத் துணைபுரிந்தன. இதனால், முன்பு சுமார் நான்கரை பில்லியன் டாலர்கள்வரை லாபம் பார்த்துக்கொண்டிருந்த அவரது குழுமம், இப்போது இருபது பில்லியன் டாலர்களுக்குமேல் லாபம் சம்பாதிக்கிறது. இந்த முதலீடுகளில் பெரும்பகுதி லட்சுமி மிட்டலுக்குச் சொந்தமானது என்பதாலும், அவரது சொத்து மதிப்பு அதிகரித்திருக்கிறது.

அதுமட்டுமின்றி, லட்சுமி மிட்டலின் பல முதலீடுகள், அவரது சொந்த நிறுவனமான *'LNM* ஹோல்டிங்ஸ்' கட்டுப்பாட்டின்கீழ் இருந்ததால், அவற்றிலிருந்து எந்த அளவு லாபம் வருகிறது என்பது வெளிப்படையாகத் தெரியவில்லை. இதனால், முந்தைய ஆண்டுகளில், லட்சுமி மிட்டலின் சொத்து மதிப்புக் கணக்கீட்டில் சில பிழைகள் இருந்திருக்கலாம்.

முந்தைய ஆண்டில், இந்த முதலீடுகள் பலவற்றை, *'LNM* ஹோல்டிங்ஸ்' நிறுவனத்திலிருந்து, பொது நிறுவனமான 'இஸ்பாத் இண்டர்நேஷனல்' கட்டுப்பாட்டின்கீழ் மாற்றினார் லட்சுமி மிட்டல். ஆகவே, இந்த ஆலைகளை இயக்குவதற்கான செலவுகள், மொத்த உற்பத்தி, விற்பனை, லாப சதவிகிதம் போன்ற தகவல்கள் பொதுவில் முன்வைக்கப்பட்டன.

லட்சுமி மிட்டலின் சொத்து மதிப்பு உயர்ந்ததற்கு, இப்படிப் பல காரணங்கள் சொல்லப்பட்டாலும், இவற்றையெல்லாம்விட முக்கியமாக, அவரை உலகின் 'மகா' பெரிய பணக்காரர்களில் ஒருவராக மாற்றியது, ஓர் இரட்டை இணைப்பு - *Double Merger*.

ஏற்கெனவே, அமெரிக்காவில் 'இஸ்பாத் இன்லாண்ட்'மூலம் தனது செயல்பாடுகளைத் தொடங்கியிருந்த லட்சுமி மிட்டல், அந்நாட்டில் தனது முதலீடுகளை அதிகரிப்பதற்கான வாய்ப்புகளைத் தேடிக்கொண்டிருந்தார். இதற்காக, அமெரிக்காவின் முக்கிய உருக்குத் தயாரிப்பாளர்கள் பலருடன் லட்சுமி மிட்டலின் பிரதிநிதிகள் பேச்சுவார்த்தைகள் நடத்திக்கொண்டிருந்தார்கள்.

ஒஹையோ பகுதியைச் சேர்ந்த ஐஎஸ்ஜி *(International Steel Group)*, அமெரிக்காவின் இரண்டாவது மிகப் பெரிய உருக்கு நிறுவனம். இதன் நிறுவனர்களில் ஒருவரான வில்பர் ராஸ் *(Wilbur Ross)* என்பவரைச் சந்திக்க விரும்புவதாகத் தகவல் அனுப்பியிருந்தார் லட்சுமி மிட்டல்.

ISG நிறுவனத்துடன் ஒப்பிடுகையில், அமெரிக்காவில் லட்சுமி மிட்டலின் ஆலையான 'இஸ்பாத் இன்லாண்ட்' மிகச் சிறியது. ஆகவே, அந்த ஆலையின் நிர்வாகம் பற்றி ஏதோ பேசுவதற்காக, அல்லது *ISG*யுடன் இணைந்து பணியாற்றுவதற்கு

விருப்பம் தெரிவிக்கத்தான் லட்சுமி மிட்டல் வருகிறார் என்று வில்பர் ராஸ் நினைத்திருந்தார்.

ஆனால், லட்சுமி மிட்டலின் எண்ணம் வேறுமாதிரியாக இருந்தது. தனது இஸ்பாத் குழுமத்தின் சார்பில், வில்பர் ராஸின் ISG நிறுவனத்தை விலைக்கு வாங்க விரும்புவதாகத் தெரிவித்தார் அவர்.

உடனடியாக, இதற்கான பேச்சுவார்த்தைகள் தொடங்கின. சுமார் நான்கரை பில்லியன் டாலர்களுக்கு ISG நிறுவனத்தை வாங்கிக்கொள்வதாக ஒப்புக்கொண்டார் லட்சுமி மிட்டல்.

இதே சமயத்தில் வேறொரு முக்கியமான மாற்றமும் நிகழ்ந்தது - அதுவரை, லட்சுமி மிட்டலின் முதலீடுகளில் பாதி, 'LNM ஹோல்டிங்ஸ்' சார்பிலும், மீதி 'இஸ்பாத் இண்டர்நேஷனல்' பொது நிறுவனத்தின் சார்பிலும் செய்யப்பட்டிருந்தன. இந்த முதலீடுகள் அனைத்தையும் ஒருங்கிணைக்கும்வகையில், 'LNM ஹோல்டிங்ஸ்' மற்றும் 'இஸ்பாத் இண்டர்நேஷனல்' நிறுவனங்களை இணைப்பது என்று முடிவெடுத்தார் லட்சுமி மிட்டல்.

இதன்படி, 2004 டிசம்பர் மாதத்தில், மேற்கண்ட இந்த இரு நிறுவனங்களையும் ஒன்றாக இணைத்து, 'மிட்டல் ஸ்டீல்' என்ற பெயரில் புது நிறுவனம் ஒன்று உருவாக்கப்பட்டது.

இந்த 'மிட்டல் ஸ்டீல்', அமெரிக்காவின் ISG நிறுவனத்தை விலைக்கு வாங்கியது. இதன்மூலம், 'இஸ்பாத் இன்லாண்ட்' மற்றும் ISG ஆகிய இரு நிறுவனங்களுடன், அமெரிக்காவின் மிகப் பெரிய உருக்கு உற்பத்தியாளரானார் லட்சுமி மிட்டல்.

அதுமட்டுமில்லை, லட்சுமி மிட்டலின் அனைத்து முதலீடுகளும் இணைந்த 'மிட்டல் ஸ்டீல்' குழுமம், அதுவரை உருக்குத் தயாரிப்பில் உலகின் முதல் இடத்தில் இருந்த லக்ஸம்பெர்கைச் சேர்ந்த ஆர்சலர் (Arcelor) நிறுவனத்தைப் பின்னுக்குத் தள்ளி, முதல் இடத்தைப் பிடித்தது.

2004ம் ஆண்டில்மட்டும் மிட்டல் ஸ்டீல் குழுமத்தின் மொத்த உருக்கு உற்பத்தி, 57 மில்லியன் டன்கள். ஆர்சலர் நிறுவனம் 42.8 மில்லியன் டன்களுடன் இரண்டாம் இடத்திலும், ஜப்பானைச்

சேர்ந்த நிப்பான் ஸ்டீல், 31.3 மில்லியன் டன்களுடன் மூன்றாவது இடத்திலும் இருந்தன.

இப்படிப் பணக்காரப் பட்டம், உலகின் மிகப் பெரிய உருக்கு உற்பத்தியாளர் என்கிற பெருமையெல்லாம் தேடி வரும்போது, கூடவே சர்ச்சைகளும் வருவதுதானே வழக்கம். லட்சுமி மிட்டலுக்கும் அப்படிச் சில பிரச்னைகள் முளைத்தன.

ஏற்கெனவே, 1998ம் ஆண்டில் லட்சுமி மிட்டலின் மகன் ஆதித்யாவுக்கும் மேகாவுக்கும் திருமணம் நடைபெற்றபோது, ஒரு சிறு சர்ச்சையில் சிக்கிக்கொண்டிருந்தார் அவர்.

ஆதித்யாவின் திருமணத்தைக் கொண்டாடும்வகையில், கல்கத்தாவில் ஒரு வரவேற்பு நிகழ்ச்சிக்கு ஏற்பாடு செய்திருந்தார் லட்சுமி மிட்டல். இந்த விருந்து நிகழ்ச்சி, கல்கத்தாவின் புகழ்பெற்ற விக்டோரியா நினைவு அரங்கத்தில் பிரம்மாண்டமாக நடைபெற்றது. ஏகப்பட்ட செலவில் நடந்த இந்தக் குடும்ப நிகழ்ச்சியை, சிலர் தீவிரமாக எதிர்த்து கலாட்டா செய்தார்கள்.

விக்டோரியா நினைவு அரங்கத்தில், இந்தியாவை முன்பு ஆட்சி செய்த பிரிட்டிஷ் அரசாங்கத்தின் அடையாளச் சின்னங்கள் இருப்பதாகச் சொல்லி, அங்கே இப்படி ஒரு நிகழ்ச்சி நடைபெறுவதைக் கண்டித்து இவர்கள் போராடினார்கள். சில சிறிய சலசலப்புகளுக்குப் பிறகு, ஒருவழியாக இந்த சர்ச்சை அடங்கியது.

ஆதித்யாவுக்குத் திருமணம் நடைபெற்றபோது, லட்சுமி மிட்டல் ஒரு வெற்றிகரமான உருக்குத் தொழிலதிபர். அவ்வளவுதான், அதற்கே இப்படி ஒரு கலாட்டா நடந்தது என்றால், அதன்பிறகு அவர் உலகின் மிகப் பெரிய பணக்காரர்கள் பட்டியலில் இடம்பெற்றபின்னர், அவர் தொடர்பான சர்ச்சைகளை ஊடகங்கள் தேடிப் பிடித்துப் பரப்பஆரம்பித்தன.

உதாரணமாக, 2002ம் ஆண்டில், 'மிட்டல்கேட்' என்று செல்லப் பெயரிட்டு அழைக்கப்பட்ட சர்ச்சையைச் சொல்லலாம்.

ரொமானிய நாட்டில் 'சிடெக்ஸ்' ஆலைகளை லட்சுமி மிட்டல் வாங்க முயன்றபோது, அவருக்கு ஆதரவாக இங்கிலாந்துப்

பிரதமர் டோனி பிளெய்ர் எழுதிய கடிதத்தைதான், அமெரிக்காவில் பரபரப்பூட்டிய 'வாட்டர்கேட்' ஊழலுடன் ஒப்பிட்டு, 'மிட்டல்கேட்' என்று ஊடகங்கள் அழைத்தன.

டோனி பிளெய்ர் சார்ந்திருக்கும் லேபர் கட்சியின் கொள்கைகளால் ஈர்க்கப்பட்டுதான் அவர்களுக்கு நன்கொடை வழங்கினேன் என்று லட்சுமி மிட்டல் சொன்னாலும், ஊடகங்களும் எதிர்க்கட்சியினரும் அதை ஏற்பதாக இல்லை, தொழில்ரீதியில் பலவிதமான லாபங்களை எதிர்பார்த்து, அதற்காகத் தரப்பட்ட லஞ்சத் தொகைதான் அது என்று அவர்கள் வாதிடுகிறார்கள்.

இந்தச் சர்ச்சை இன்றுவரை மும்முரமாகத் தொடர்ந்து கொண்டிருக்கிறது. சமீபகாலமாக, மிட்டலுடன் பேசும் எந்தப் பத்திரிகையாளரும், 'இங்கிலாந்து அரசாங்கம் உங்களை ஏன் ஆதரிக்கவேண்டும்? லேபர் கட்சிக்கும் உங்களுக்கும் என்ன சம்பந்தம்? எதற்காக அவர்களுக்கு நன்கொடை தருகிறீர்கள்?' ஆகிய கேள்விகளைக் கண்டிப்பாகக் கேட்கிறார்கள்.

இப்படி வேண்டுமென்றே வம்புக்கு இழுப்பவர்களைத் தவிர்ப்பதற்காகவே, பெரும்பாலும் லட்சுமி மிட்டல் ஊடகங்களுக்குப் பேட்டி அளிப்பதில்லை. ஆனாலும், அவர்பற்றிய ஒவ்வொரு கட்டுரையிலும் செய்தித் தொகுப்பிலும் டோனி பிளெய்ரின் கடித விவகாரம் தவறாமல் இடம்பெறுகிறது.

கடந்த 2005ம் ஆண்டு, லட்சுமி மிட்டல் மீண்டும் லேபர் கட்சிக்கு 2 மில்லியன் பவுண்ட்கள் நன்கொடை வழங்கினார். இதனை ஏற்றுக்கொண்ட லேபர் கட்சி, லட்சுமி மிட்டலின் தாராளமான நன்கொடைக்கு நன்றி தெரிவித்து அறிக்கை வெளியிட்டிருக்கிறது.

இதையும் ஊடகங்கள் சந்தேகமாகவே பார்க்கின்றன. இந்தப் புதிய நன்கொடைக்கு பதிலாக, லட்சுமி மிட்டலுக்குப் பெருமைக்குரிய 'லார்ட்' (Lord) பட்டம் வழங்கப்படும் என்றெல்லாம் ஊகங்கள் வெளியாகியுள்ளன.

லட்சுமி மிட்டலைப் பொறுத்தவரை, தான் லேபர் கட்சியின் ஆதரவாளர் என்று வெளிப்படையாக ஒப்புக்கொள்கிறார் அவர்.

குறிப்பாக டோனி பிளெய்ரின் நிர்வாகத்திறனில் தனக்கு முழுத் திருப்தி உள்ளதாகவும், எதிர்ப்புகள், விமர்சனங்களைப்பற்றி கவலைப்படாமல், அவருடைய ஆட்சி தொடர்வதற்காகத் தன்னுடைய பங்களிப்பைச் செய்வதற்குத் தயாராக இருப்பதாகவும் பேசியிருக்கிறார் மிட்டல்.

இதேபோல், கஜகிஸ்தான், டிரினிடாட் & டொபகோ ஆகிய நாடுகளின் ஆட்சியாளர்களுடன் லட்சுமி மிட்டலுக்கு இருந்த தொடர்புபற்றியும், சில ஊழல் குற்றச்சாட்டுகள் எழுந்துள்ளன. மிட்டல் குழுமத்தில் முக்கியப் பொறுப்பில் இருந்தவரான டாக்டர். ஜொஹனஸ் சிடார்ட், கஜகிஸ்தான் ஆலையை வாங்குவதற்காக, சுமார் நூறு மில்லியன் டாலர்களை லட்சுமி மிட்டல் லஞ்சமாகக் கொடுத்தார் என்று ஒரு பேட்டியில் தெரிவித்திக்ருக்கிறார்.

இந்தக் குற்றச்சாட்டுகளில் எவையும் போதுமான சாட்சியங்களுடன் நிரூபிக்கப்படவில்லை. என்றாலும், இவற்றை லட்சுமி மிட்டல் நேரடியாக மறுக்கவோ, மாற்று வாதங்களை முன்வைக்கவோ முயலவில்லை என்பதால், சர்ச்சைகள் தொடர்கின்றன.

இந்த அரசியல் விவகாரங்கள் ஒருபுறமிருக்க, லட்சுமி மிட்டல் அல்லது அவரது குடும்பத்தினர் செய்யும் தனிப்பட்ட செலவுகள் ஒவ்வொன்றையும், ஊடகங்கள் கூர்ந்து கவனித்து, விமர்சிக்கின்றன.

உதாரணமாக, லட்சுமி மிட்டல் தனக்கென்று சொந்தமாக ஒரு விமானம் வாங்கியபோது, அவர் அநாவசியமாகப் பணத்தை வாரி இறைக்கிறார் என்று விமர்சனங்கள் எழுந்தன.

ஆனால், உலக நாடுகள் பலவற்றிலும் தனது ஆலைகளை அமைத்து நிர்வகித்துவரும் லட்சுமி மிட்டல், இந்த ஆலைகளை அடிக்கடி நேரில் பார்வையிடவேண்டியிருக்கிறது. இதேபோல், மற்ற நாடுகளிலும், புதிய ஆலைகளை வாங்குவதற்காக, அவற்றைச் சென்று பார்ப்பது, அந்நாட்டு அதிகாரிகள், அரசியல் தலைவர்களுடன் பேச்சுவார்த்தைகள் நடத்துவது போன்ற பணிகளுக்காக, மாதத்தில் இருபது நாள்கள்வரை வெளிநாடுகளில்தான் கழிக்கிறார் அவர்.

எனவே, இப்படித் தொடர்ந்த பயணங்களின்போது, நேரத்தைச் சேமிப்பதற்காக, தனக்கென்று ஒரு தனி விமானம் அவசியப்படுவதாக லட்சுமி மிட்டல் எண்ணியிருக்கலாம். சர்ச்சை கிளப்புகிறவர்கள் இந்த வாதத்தை ஏற்பதாக இல்லை.

இப்படிச் சாதாரணமாகவே வம்புக்கு அலைகிறவர்களின் வாய்க்கு அவல் கொடுப்பதுபோல, லட்சுமி மிட்டலின் மகள் வனிஷாவின் திருமணம் மிக பிரம்மாண்டமாக நடைபெற்றது.

தற்சமயம் 'மிட்டல் ஸ்டீல்' நிறுவனத்தின் இயக்குனர்களில் ஒருவரான வனிஷா மிட்டல், மேலாண்மை, அரசியல் துறைகளில் பட்டம் பெற்றவர். கல்லூரிப் படிப்பை முடித்தபின், சிறிது காலம் தொலைக்காட்சி நிறுவனம் ஒன்றில் பணியாற்றிய அவர், அதன்பிறகு இஸ்பாத் குழுமத்தில் இணைந்து பயிற்சி பெற்றார், லட்சுமி மிட்டலின் சமூக சேவைத் திட்டங்கள் சிலவற்றை நேரடியாக மேற்பார்வையிட்டுச் செயல்படுத்தியிருக்கிறார்.

2004ம் ஆண்டு, இவர் தமது காதலரான அமித் பாட்டியாவை மணந்தார். தன்னுடைய ஒரே மகளின் திருமணத்தை ஏகப்பட்ட தடபுடலுடன் பிரமாதமாக நடத்தி அசத்தினார் லட்சுமி மிட்டல்.

இந்தத் திருமணத்தைப்பற்றி இதுவரை வெளிவந்திருக்கும் செய்திகள் எல்லாமே, மிகைப்படுத்தப்பட்ட வதந்திகள்போல்தான் தோன்றுகின்றன. அந்த அளவுக்கு, பணத்தைப்பற்றிக் கவலைப்படாமல், ஒவ்வொரு கொண்டாட்டத்திற்காகவும் தாராளமாகச் செலவழித்தது மிட்டல் குடும்பம்.

முதலாவதாக, அந்தக் காலக் கல்யாணங்களைப்போல, ஐந்து நாள்களுக்கு நடைபெறுவதாகத் திட்டமிடப்பட்டிருந்த இந்தத் திருமணத்துக்கு, இருபது பக்கங்களில் கனமான வெள்ளி முலாம் பூசப்பட்ட அழைப்பிதழ் தயாரிக்கப்பட்டது.

விலை உயர்ந்த இந்த அழைப்பிதழில், திருமண விவரங்களுடன், சுவாரஸ்யமான காதல் கவிதைகள், பாடல்கள் தொகுக்கப்பட்டிருந்தன. இந்தக் கவிதைகளில் சிலவற்றை, ஆதித்யா மிட்டலின் மனைவி மேகா எழுதியிருந்தார்.

மணமகள் வனிஷாவின் விருப்பப்படி, வெர்சைல்ஸ் நகரில் தொடங்கி, பிரான்சின் புகழ்பெற்ற பல இடங்களில் நடைபெற்ற இந்தத் திருமணத்துக்கு உலகம்முழுவதிலும் இருந்து சுமார் ஆயிரம் விருந்தினர்கள் அழைக்கப்பட்டிருந்தார்கள். இவர்கள் எல்லோரையும் விமானத்தில் அழைத்துவந்து, ஐந்து நட்சத்திர விடுதிகளில் சகல வசதிகளுடனும் தங்கவைத்தது மிட்டல் குடும்பம்.

இந்திய வம்சாவளித் திருமணத்தில், நம் ஊர்ச் சாப்பாடு இல்லாவிட்டால் எப்படி? இதற்கென்று கல்கத்தாவிலிருந்து ஒரு சமையல் கலைஞர் வரவழைக்கப்பட்டிருந்தார்.

ஐந்து நாள் திருமணம், வரவேற்புக் கொண்டாட்டங்களின்போது மணமகள், மணமகன் அணிந்திருந்த உடைகள் அனைத்தும், புகழ்பெற்ற ஆடை வடிவமைப்பாளர்களால் தயாரிக்கப்பட்டவை. திருமணம் நடைபெற்ற மண்டபமும் விருந்துக் கூடமும் இந்திய, பிரெஞ்சுக் கலைஞர்களால் ராஜஸ்தான் பாணியில் அலங்கரிக்கப்பட்டிருந்தது.

திருமணத்தின்போது, அமித் - வனிஷாவின் காதல் கதை, வண்ணமயமான நாடக வடிவில் நடத்திக் காண்பிக்கப்பட்டது. புகழ்பெற்ற ஹிந்திக் கவிஞர், எழுத்தாளர் ஜாவேத் அக்தர் இந்த நாடகத்தை எழுதியிருந்தார், சங்கர் மகாதேவன் இசையமைக்க, ஃபரா கான் நடனம் அமைத்திருந்த இந்த நாடகத்தில், லட்சுமி மிட்டலும் அவருடைய மனைவி உஷாவும்கூட பங்கேற்று, தங்களுடைய நிஜ வாழ்க்கைப் பாத்திரங்களிலேயே நடித்ததாகத் தகவல்.

இதுதவிர, ஷாரூக் கான், ஐஷ்வர்யா ராய் உள்ளிட்ட பல பிரபல ஹிந்தி திரை நட்சத்திரங்கள் பங்கேற்ற விசேஷ கலை நிகழ்ச்சி ஒன்றும், வந்திருந்த விருந்தினர்களுக்காக ஏற்பாடு செய்யப்பட்டிருந்தது.

இன்னும், பாரிஸ் நகரையே கலக்கிய வாணவேடிக்கைகள், திருமணத்தில் கலந்துகொண்ட எல்லோருக்கும், விலை உயர்ந்த பரிசுகள் என்று இந்த மிட்டல் குடும்பத் திருமணத்தைப் பற்றி ஏகப்பட்ட செய்திகள் குவிந்திருக்கின்றன.

இவற்றில் எவையெல்லாம் உண்மை, எத்தனை சதவிகிதம் உண்மை என்பது யாருக்கும் நிச்சயமாகத் தெரியவில்லை. காரணம், முற்றிலும் குடும்ப நிகழ்ச்சியாக நடைபெற்ற இந்தத் திருமணத்துக்கு ஊடகங்களிலிருந்து யாரும் அழைக்கப்படவில்லை.

ஆகவே, பிபிசியில் ஆரம்பித்து, உள்ளூர்ப் பத்திரிகைகள்வரை எல்லோரும், குத்துமதிப்பாகதான் செய்திகளை வெளியிட்டிருக்கிறார்கள். இதுபற்றிய அவுட்லுக் பத்திரிகையின் அட்டைப்படக் கட்டுரை, ‘அப்பா, எனக்கு ஈஃபிள் டவர் வாங்கிக் கொடுங்க’, என்று லட்சுமி மிட்டலிடம் வனிஷா கேட்டதாகவும், அதற்குபதிலாக, அவர் இப்படியொரு பிரம்மாண்டமான திருமணத்துக்கு ஏற்பாடு செய்ததாகவும் கிண்டலடித்திருந்தது.

இந்தத் திருமணத்துக்கான மொத்த செலவு எவ்வளவு என்பதையும் ஊடகங்கள் கணித்திருக்கின்றன. யாராலும் உறுதி செய்யப்படாத இந்தக் கணிப்புகள் சுமார் 55 மில்லியன் டாலர்களில் தொடங்கி, அறுபது மில்லியன்வரை சொல்கின்றன.

இதில் வேடிக்கை என்னவென்றால், இப்படி ஒரு பெரும் பணக்காரர், அதுவும் இந்தியர், முன்னூறு கோடி ரூபாய்வரை செலவழித்துத் தன் மகளுக்குத் திருமணம் செய்திருக்கிறார் என்ற இந்தச் செய்திதான், இந்தியாவின் பெரும்பான்மை மக்களிடையே லட்சுமி மிட்டலின் பெயர் அடிபடக் காரணமாக அமைந்தது.

அதுவரை, உருக்கு உற்பத்தியில் அவருடைய சாதனைகளை இந்தியத் தொழில்துறை சார்ந்தவர்கள்மட்டுமே கேள்விப்பட்டிருந்தார்கள். மற்றபடி, உலக அளவில் பெரிதாகச் சாதித்த ஓர் இந்தியர் என்கிற அடையாளத்துடன் அவர் இந்தியர்களிடையே பிரபலமானது இந்தத் திருமணச் செய்திக்குப்பிறகுதான்.

அதன்பின்னர், 2005ம் ஆண்டு ‘ஃபோர்ப்ஸ்’ பணக்காரர்கள் பட்டியலில் அவர் மூன்றாவது இடத்தைப் பிடித்தபிறகுதான், இந்திய ஊடகங்கள் லட்சுமி மிட்டலைப்பற்றிய செய்திகளை அதிகமாக வெளியிடத்தொடங்கின.

இந்தத் தாமதத்துக்கு முக்கியக் காரணம், சமீப காலம்வரை, லட்சுமி மிட்டல் இந்தியாவில் எந்த முதலீடும் செய்யவில்லை.

இன்னும் குறிப்பாகச் சொல்வதென்றால், லட்சுமி மிட்டல் நம் நாட்டு பாஸ்போர்ட்டால் அறியப்படும் இந்தியக் குடிமகன், அவரிடம் பணிபுரிகிற மேலாளர்கள், நிர்வாக அதிகாரிகளில் பெரும்பான்மையினர் இந்தியர்கள் என்பதைத்தவிர, வேறு எந்த விஷயத்திலும் கடந்த முப்பது ஆண்டுகளில் அவருக்கும் இந்தியாவுக்கும் தொடர்பு இருக்கவில்லை.

1976ல், இந்தியாவில் தனியார் முதலீடுகளுக்கு விதிக்கப்பட்டிருந்த கட்டுப்பாடுகளால் எரிச்சலடைந்து, இனிமேல் இங்கே நமக்கு எதிர்காலம் இல்லை, வளர்வதற்கான வாய்ப்புகளும் இல்லை என்று நினைத்து வெளியேறிய லட்சுமி மிட்டல், இந்தியாவில் அந்த நிலைமை ஓரளவுக்கு மாறியபிறகும், இங்கே முதலீடு செய்ய விரும்பவில்லை.

1994ல் மிட்டல் குடும்பத்தில் பிரிவினை ஏற்பட்டபோது, இந்தியா அல்லாத பிற நாடுகளில்மட்டும் தனது முதலீடுகளை அமைத்துக்கொண்டுவிட்டார் லட்சுமி மிட்டல். உள்நாட்டு முதலீடுகள் அனைத்தையும் அவருடைய சகோதரர்கள் கவனித்துக்கொண்டார்கள்.

ஆனால், லட்சுமி மிட்டல் இந்தியாவில் முதலீடு செய்யாததற்கு, இந்தப் பிரிவினையைக் காரணமாகச் சொல்லமுடியாது என்றுதான் பெரும்பாலான நிபுணர்கள் கருதுகிறார்கள். ஏதோ காரணத்தால், அவர் இந்தியாவைப் பிடிவாதமாகத் தவிர்த்திருக்கிறார் என்று குற்றம் சாட்டுகிறவர்களும் உண்டு.

லட்சுமி மிட்டல் முதலீடு செய்திருக்கும் மற்ற நாடுகளுடன் ஒப்பிடுகையில், இந்தியாவில் ஒரு முக்கியமான வித்தியாசம், இங்கே பெரும் நஷ்டத்தில் தள்ளாடிக்கொண்டிருக்கிற உருக்கு ஆலைகள் என்று எவையும் இல்லை.

ஆகவே, லட்சுமி மிட்டல் இந்தியாவில் முதலீடு செய்வதானால், நல்ல இடமாகப் பார்த்து, புது ஆலை அமைத்தால்தான் உண்டு. பழைய ஆலைகளை விலைக்கு வாங்கி, முன்னேற்றுகிற சூத்திரம் இங்கே சரிப்படாது.

இந்தோனேஷியாவில் 'இண்டோ இஸ்பாத்' ஆலைகளுக்குப்பிறகு, லட்சுமி மிட்டல் எந்தப் புதிய ஆலையையும் அமைக்கவில்லை. காரணம், அதற்குச் செலவாகும் தொகையையும் நேரத்தையும், பழைய ஆலைகளில் செலவிட்டால், சீக்கிரத்தில் அவற்றிலிருந்து அதிக உற்பத்தி, லாபம் பெறலாம் என்று நம்பினார் அவர்.

ஆகவே, 1988ம் ஆண்டில் தொடங்கி, அவர் செய்த முதலீடுகள் அனைத்தும், பழைய உருக்கு, DRI ஆலைகளில்தான். அவருடைய உருக்கு சாம்ராஜ்யத்தில் பெரும்பகுதி, இப்படிப் பழையதைப் புதுப்பித்து, மெருகேற்றிச் சேர்த்ததுதான்.

இந்தக் காரணத்தால்தான், லட்சுமி மிட்டல் இந்தியாவில் முதலீடு செய்யத் தயங்குகிறார் என்று நிபுணர்கள் சொல்கிறார்கள். புதிய (கிரீன்ஃபீல்ட்) ஆலைகளோடு ஒப்பிட்டால், அவரது அனுபவம், பலம் எல்லாமே பழைய ஆலைகளைப் புதுப்பிப்பதில்தான். அதற்கு இந்தியாவில் வாய்ப்பு இல்லை, எனவே லட்சுமி மிட்டலுக்கு இந்திய முதலீட்டில் ஆர்வமும் இல்லை என்கிறார்கள் இவர்கள்.

சென்ற முப்பது ஆண்டுகளில், உலகெங்கும் சுற்றி, பதினாறு நாடுகளில் தனது ஆலைகளை அமைத்து வெற்றியடைந்து, உலகின் மிகப் பெரிய உருக்கு உற்பத்தியாளராக உயர்ந்தபிறகு, கடந்த 2005ம் ஆண்டு, இந்தியாவில் ஜார்கண்ட் மாநிலத்தில் வருடத்துக்கு 1.2 கோடி டன் உற்பத்தித் திறனுடன் ஒரு புதிய உருக்கு ஆலை அமைக்கவிருப்பதாக அறிவித்திருக்கிறார் லட்சுமி மிட்டல்.

சுமார் நாற்பதாயிரம் கோடி ரூபாய் செலவில் அமையவிருக்கும் இந்தத் தொழிற்சாலை, லட்சுமி மிட்டல் குழுமம், கிரீன்ஃபீல்ட் ஆலைகளிலும் ஜெயிக்குமா என்பதற்கான நேரடித் தேர்வாக அமையும். இந்த முயற்சி வெற்றியடைந்தால், பொருளாதாரநிலையில் பின்தங்கியிருக்கும் ஜார்கண்ட் மாநிலத்தின் வளர்ச்சிக்கு அது உதவும்.

14. உழைப்பாளி

அலுவலகத்தில், லட்சுமி மிட்டலின் தினசரிக் கடமைகள் என்னவாக இருக்கும்?

அடுத்து எந்த நாட்டில், எந்த ஆலையை வாங்கலாம் என்று எந்நேரமும் கையில் ஒரு பூதக் கண்ணாடி வைத்துக்கொண்டு உலகப் படத்தை உற்றுப் பார்த்துக்கொண்டிருப்பாரோ?

கடந்த இருபது ஆண்டுகளாக, வரிசையாக அவர் வாங்கிக் குவித்திருக்கும் ஆலைகளின் எண்ணிக்கையைப் பார்க்கிறபோது, வேடிக்கையான இந்தக் கற்பனையில் கொஞ்சம் நிஜமும் கலந்திருக்கிறதோ என்றுதான் எண்ணத் தோன்றுகிறது.

இந்தக் கேள்வியை லட்சுமி மிட்டலிடம் நேரடியாகக் கேட்டவர்களும் உண்டு, ‘எந்த ஆலை நஷ்டத்தில் இயங்கினாலும், நீங்கள் அதை வாங்கிவிடுவீர்களா?’

‘இல்லவே இல்லை’, என்கிறார் லட்சுமி மிட்டல். வெளியாள்களான நமக்கு, அவர் வாங்கும் ஆலைகளின் எண்ணிக்கைதான் தெரிகிறது. இத்தனை ஆலைகளை வாங்க முடிவுசெய்வதற்குள், அவர் எத்தனை ஆலைகளைப் பார்த்துவிட்டு நிராகரித்திருக்கிறார் என்பது தெரிவதில்லை.

ஒவ்வொரு வாரமும், லட்சுமி மிட்டலுக்குக் குறைந்தது இரண்டு விண்ணப்பங்களாவது வருகின்றன. உலகின் வெவ்வேறு மூலைகளில் இயங்கிக்கொண்டிருக்கும் சிறிய, நடுத்தர, பெரிய உருக்கு உற்பத்தி நிறுவனங்கள், 'எங்களுடைய ஆலைகளை வாங்கிக்கொள்ளுங்கள்', என்று அவரைத் தொடர்ந்து நச்சரித்துக்கொண்டிருக்கிறார்கள்.

ஆனால், ஒவ்வொரு வருடமும் இத்தனை ஆலைகளை வாங்கியாகவேண்டும் என்று கணக்கு வைத்துக்கொண்டு லட்சுமி மிட்டல் செயல்படுவதில்லை. அவரைப்பொறுத்தவரை, 'மிட்டல் ஸ்டீல்' குழுமத்தின் மொத்த உருக்கு உற்பத்தி அதிகரிக்கவேண்டும், ஒவ்வொரு டன் உருக்கையும் உற்பத்தி செய்வதற்கான செலவுகள் குறையவேண்டும். இந்த நோக்கங்களைச் செயல்படுத்த உதவும் ஆலைகளைமட்டுமே அவர் வாங்குகிறார், மற்றவற்றை ஒதுக்கிவிடுகிறார்.

இதனால், அவருக்கு எந்த வேகமும் இல்லை, அவசரமும் இல்லை. அவருடைய பார்வைக்கு வருகிற ஒவ்வோர் ஆலையையும் ஒவ்வொரு நிறுவனத்தையும் நிதானமாக அலசி, ஆராய்ந்து, அவற்றின் பலம், பலவீனங்களைச் சிந்தித்துப் பார்த்து, இப்போதைய நிலைமை, அதைச் சரி செய்து லாபம் பெறுவதற்கான சாத்தியக்கூறுகள், வழிமுறைகள் என்று எல்லாவற்றையும் யோசிக்காமல், அவர் முடிவெடுப்பதில்லை.

இதுபோன்ற முடிவுகளில், பெரும்பாலான சந்தர்ப்பங்களில், அனுபவமிக்க நிபுணர் குழு ஒன்று அவருக்கு உதவுகிறது. சுமார் முப்பத்தைந்து பேர் அடங்கிய இந்த நிபுணர் குழுவில், பெரும்பாலானோர் இந்தியர்கள்.

இவர்களுடனும், உருக்குத் துறை சார்ந்த பல துறை வல்லுனர்கள் சிலருடனும் சம்பந்தப்பட்ட ஆலையைப்பற்றி ஆலோசித்து, அதன் எதிர்கால உற்பத்தி மேம்பாட்டு சாத்தியங்களையெல்லாம் உறுதி செய்துகொண்டபிறகுதான், அந்த ஆலைக்கு என்ன விலை கொடுக்கலாம் என்று யோசிக்கத்தொடங்குகிறார் லட்சுமி மிட்டல்.

அதாவது, சிலர் நினைப்பதைப்போல, அவர் கையில் ஏகப்பட்ட பணத்தை வைத்துக்கொண்டு என்ன செய்வது

என்று தெரியாமல் திணறவில்லை. கண்ணில் படுகிற ஆலைகளையெல்லாம் வாங்கித் தள்ளுகிற பொருளாதார சக்தி அவரிடம் இருந்தபோதும், அதைச் சரியானமுறையில் மட்டுமே செயல்படுத்துகிறார்.

ஓர் ஆலையை வாங்குவதா, வேண்டாமா என்று யோசிக்கிறபோது, லட்சுமி மிட்டல் ஒரே ஒரு கேள்வியைத்தான் தனக்குள்ளும், தன்னுடைய நிபுணர் குழுவினரிடமும் கேட்பாராம், 'இப்போது நஷ்டத்தில் இயங்கிக்கொண்டிருக்கிற இந்த ஆலையை, இரண்டு வருடங்களுக்குள் லாபத்துக்குத் திருப்பிவிடமுடியுமா?'

முக்கியமான இந்தக் கேள்விக்கு, 'முடியும்', என்று பதில் வந்தால்தான், அந்த ஆலையை லட்சுமி மிட்டல் வாங்குவார் என்கின்றனர் அவருடைய சக நிர்வாகிகள். காரணம், இரண்டு வருடங்களுக்குள் ஜெயிக்கமுடியாது என்றால், அந்த ஆலையில் முதலீடு செய்வது விரயம் என்பது லட்சுமி மிட்டலின் கருத்து.

அதுமட்டுமின்றி, ஓர் ஆலைக்கு விலையாகத் தரும் தொகையைப் போலவே, அதில் கூடுதலாக முதலீடு செய்யவேண்டிய தொகை எவ்வளவு என்பதிலும் லட்சுமி மிட்டலின் கவனம் இருக்கும். ஏனெனில், அவரது குழுமத்துக்கு இந்த முதலீட்டுத் தொகையும் ஒரு நேரடிச் செலவுதான். எனவே, ஆலையின் மொத்த விலையில், அதுவும் அடக்கம்.

உதாரணமாக, லட்சுமி மிட்டல் ஓர் ஆலையை மூன்று கோடி ரூபாய் கொடுத்து விலைக்கு வாங்கி, அந்த ஆலையை மேம்படுத்துவதற்காக, மேலும் இரண்டு கோடி ரூபாய் முதலீடு செய்கிறார் என்று வைத்துக்கொண்டால், மொத்த செலவு ஐந்து கோடி ரூபாய்.

ஆனால் அதேசமயம், நஷ்டத்தில் இயங்கும் ஆலைகளை வாங்கும்போது, இந்த இரு 'விலை'களையும், முற்றிலும் வேறுவிதமாக அணுகவேண்டும்.

முதல் 'விலை', ஆலையின் முன்னாள் உரிமையாளருக்குத் தருகிற தொகை. இந்தத் தொகையை முடிந்தவரை பேரம் பேசிக் குறைக்கலாம், ஆலையின் அப்போதைய இயந்திரங்கள், மூலப்பொருள்கள், தொழில்நுட்பம், திறமைசாலி ஊழியர்கள்

முதலானவைக்கு என்ன விலை தரலாமோ, அதற்குமேல் ஒரு பைசா செலவழித்துவிடக்கூடாது.

மேற்சொன்ன உதாரணத்தில், ஆலையின் முந்தைய முதலாளிக்கு, மூன்று கோடி ரூபாய் தருவதற்குபதிலாக, அவரிடம் மும்முரமாக பேரம் பேசி, அதை இரண்டரை கோடிக்குக் குறைத்தால், நமக்கு உடனடியாக ஐம்பது லட்சம் லாபமாகிறது.

ஆனால், இந்த இரண்டாவது 'விலை', அதாவது ஆலையின் மேம்பாட்டுக்காக நாம் செலவழிக்கிற தொகை அப்படி இல்லை. அதில் பேரம் பேசிக் குறைத்தால், நஷ்டம் நமக்குதான்.

ஏனெனில், இந்தத் தொகை, ஆலை மொத்தமும் நம் கையில் வந்தபிறகு, அதனைச் சிறப்பாக இயங்கச் செய்வதற்கான முதலீடு, இதில் கஞ்சத்தனம் பார்த்து, ஏதேனும் ஒரு விஷயத்தைச் சரியாகச் செய்யாவிட்டால், உற்பத்திப் பொருளின் தரம் குறையலாம், நஷ்டம் வரலாம், வேறு தீவிரமான பாதிப்புகள் ஏற்படலாம் - இழப்பு நமக்குதான்.

லட்சுமி மிட்டலின் மிகப் பெரிய வெற்றிகளுக்கு, இந்தப் புரிதல் ஒரு முக்கியமான காரணம். தனது குழுமத்தில் இணைக்கப்பட்ட எந்த ஆலையிலும், உடனடி லாபத்துக்காக அவர் அவசரப்பட்டதில்லை, அதன் தொழில்நுட்பத்தையோ, உற்பத்தியாகும் உருக்கின் தரத்தையோ மேம்படுத்துவதற்கான நடவடிக்கைகளில் அவர் எப்போதும் சிக்கனம் பார்த்தது கிடையாது.

ஒவ்வோர் ஆலையிலும், அதன் தொழில்நுட்பத்தை நவீனமாகவும் உலகத் தரத்துக்கு இணையாகவும் உயர்த்தவேண்டும் என்று மெனக்கெட்டிருக்கிறார் லட்சுமி மிட்டல். இதற்காக, சில சந்தர்ப்பங்களில் தனது மற்ற ஆலைகளிலிருந்து இயந்திரங்கள், உபகரணங்கள், தொழிலாளர்களைக்கூட விமானத்தில் ஏற்றிச் சென்று இறக்கிய சம்பவங்களும் உண்டு.

அதாவது, ஆலையை வாங்குவதுமட்டும் பெரிதில்லை, அதில் என்ன பிரச்னை என்று பார்த்து, அதை முழுமையாகச் சரி செய்து, தயாராகும் பொருள்களில் எந்தத் தரக்குறைவும் இல்லாமல் பார்த்துக்கொள்ளவேண்டும் என்று நம்பினார்

லட்சுமி மிட்டல். இந்த விதிமுறையில் அவர் எப்போதும் சமரசம் செய்துகொண்டதில்லை.

இதனால், லட்சுமி மிட்டல் அடிமாட்டு விலைக்கு ஆலைகளை வாங்குகிறார் எனும் குற்றச்சாட்டு அர்த்தம் இழந்துவிடுகிறது. குறைந்த விலையில் ஆலைகளை வாங்குவது அவருடைய சாமர்த்தியமாக இருக்கலாம், ஆனால், அதைக்காட்டிலும் அதிக முக்கியத்துவம், அவரது கூடுதல் முதலீடுகளுக்கும் மறுமலர்ச்சிச் செயல்திட்டங்களுக்கும் அளிக்கப்படவேண்டும்.

இதைப் புரிந்துகொள்ளாமல், லட்சுமி மிட்டல்போலவே, நஷ்டத்தில் இயங்குகிற அரசு மற்றும் தனியார் உருக்கு ஆலைகளைத் தேடிப் போய் வாங்கி, கையைச் சுட்டுக் கொண்டவர்கள் இங்கே உண்டு.

'ஆரம்பகாலத்தில், நான் இப்படி நஷ்டத்தில் இயங்கும் ஆலைகளை வாங்க முயன்றபோது, அதை யாரும் பெரிதாகக் கண்டுகொள்ளவில்லை. ஆகவே, பெரும்பாலான ஏலங்களில், எங்களுக்குப் போட்டியாளர்கள்கூட இல்லை', என்கிறார் லட்சுமி மிட்டல், 'பின்னர், எங்களுடைய தொடர் வெற்றிகளைப் பார்த்தபிறகுதான், நாமும் அதையே செய்யலாம் என்று பலர் போட்டியாக முளைத்தார்கள்.'

ஆனால், லட்சுமி மிட்டலின் முப்பது ஆண்டு கால அனுபவமும் திறமைகளும் உறுதியான மனப்போக்கும் அத்தனை சுலபத்தில் காப்பியடிக்கக்கூடிய விஷயங்கள் இல்லை. அதனால்தான், மற்றவர்கள் நினைத்துப் பார்க்காத இடங்களிலெல்லாம்கூட, நம்பிக்கையோடு இறங்கி ஜெயிக்க அவரால் முடிந்தது.

இதேபோல், லட்சுமி மிட்டலின் குழுமத்தை, 'குடும்ப நிறுவனம்' என்று குறை சொல்கிறவர்கள் இருக்கிறார்கள். இதற்கேற்ப, 'மிட்டல் ஸ்டீல்' நிறுவனத்தில் 88% பங்குகள் அவருடைய குடும்பத்துக்குச் சொந்தமாகதான் இருக்கிறது. முக்கிய முடிவுகள் அனைத்தையும், லட்சுமி மிட்டலும் அவருடைய மகன் ஆதித்யாவும்தான் எடுக்கிறார்கள் என்று சொல்லப்படுகிறது.

இந்தக் குற்றச்சாட்டுகளில் ஓரளவு உண்மை இருந்தாலும், இதற்காக, லட்சுமி மிட்டலின் தொழில்துறைத் திறமைகள்,

மேலாண்மை மற்றும் நிர்வாகத் திறனைக் குறைத்து மதிப்பிட்டுவிடமுடியாது.

'மிட்டல் ஸ்டீல்' நிறுவனத்தைப் பொறுத்தவரை, லட்சுமி மிட்டல் தான் எல்லாமே. ஆனால் அவரோ, 'இந்த நிறுவனத்தில் முதலீடு செய்திருப்பவர்கள்தான், எனக்கு ஊக்கம் அளிக்கிறார்கள். மணிக்கணக்காக உழைக்கச் செய்கிறார்கள்', என்கிறார்

தனிப்பட்டமுறையில், லட்சுமி மிட்டல் கடுமையான உழைப்பாளி. சிறிய வயதில், தன்னுடைய அப்பாவிடம் பணிபுரிந்துகொண்டிருந்த காலத்திலிருந்து, இன்றுவரை ஒவ்வொரு நாளும் பதினாறு மணி நேரத்துக்குக் குறையாமல் வேலை செய்கிறார் அவர்.

லட்சுமி மிட்டல்போல், உலகம் சுற்றும் வாலிபர்கள் தொழில் துறையில் இன்றைக்கு வேறு யாருமே இல்லை. தனது சொந்த விமானத்தில், மணிக்கணக்காகப் பறந்து, நான்கு கண்டங்களில் இயங்கும் தனது ஆலைகளைத் தொடர்ந்து கண்காணித்துவருகிறார்.

இந்தத் துறையில், உலகச் சிந்தனையோடு இயங்கிய முதல் தொழிலதிபர் லட்சுமி மிட்டல்தான். அந்தவிதத்தில், அவர் மற்றவர்களுக்கு ஒரு சிறந்த முன்னுதாரணமாகவே இருந்துவருகிறார். உலக அளவில், பெரும்பாலான உருக்கு உற்பத்தி நிறுவனங்கள் ஒரு குறிப்பிட்ட பகுதியைச் சார்ந்த உள்ளூர் நிறுவனங்களாகவே இயங்குவது உண்மைதான். ஆனால் அதற்காக, இந்த ஆலைகளின் நிர்வாகத்திலும், கிணற்றுத் தவளைத்தனமான வழிமுறைகளைப் பின்பற்றவேண்டியதில்லை என்கிறார் லட்சுமி மிட்டல்.

'பிற வணிக நிறுவனங்கள், தொழிற்சாலைகள், வங்கிகள், மருத்துவ சேவை நிறுவனங்கள் போன்றவற்றிலிருந்து, உருக்கு உற்பத்தியாளர்கள் நிறைய கற்றுக்கொள்ளவேண்டியிருக்கிறது', என்று சொல்லும் லட்சுமி மிட்டல், தனது நிறுவனத்தைச் சேர்ந்த ஆலைகளின் நிர்வாகத்தில், பழமைச் சிந்தனைகளைத் தவிர்த்து, நவீன வழிமுறைகள் பலவற்றைச் செயல்படுத்தி வெற்றியடைந்திருக்கிறார்.

உதாரணமாக, லட்சுமி மிட்டலுக்குக் கீழே பணிபுரியும் சுமார் 240 மேலாளர்களின் சம்பளம், இரு பகுதிகளாகப் பிரிக்கப்பட்டிருக்கிறது. இதில் ஒரு பகுதி, நிலையானது, ஒவ்வொரு மாதமும் தவறாமல் கிடைத்துவிடும். ஆனால், இன்னொரு பகுதி, அந்தக் குறிப்பிட்ட ஆண்டில், அவர்களுடைய செயல்திறன் எப்படி இருந்தது என்பதைப் பொறுத்து மாறும்.

அதாவது, ஒவ்வோர் ஆண்டிலும், நன்றாகப் பணிபுரிந்தவர்கள், அதாவது, தங்களுடைய ஆலைகளில் அதிக உற்பத்தியைக் குவித்த மேலாளர்கள், கூடுதல் சம்பளம் பெறுவார்கள். மற்றவர்களுடைய சம்பளம் தானாகக் குறைந்துவிடும்.

இதன்படி, ஒவ்வொருவருடைய கூடுதலான உழைப்புக்கு, அவர்களுடைய சம்பளமே ஊக்கமாக அமைகிறது. கஷ்டப்பட்டு உழைத்தால், நல்ல மாற்றங்களைக் கொண்டுவந்து, நிறுவனத்துக்கு அதிக லாபம் சேர்த்துத் தந்தால், அதனால் நமக்கு நேரடிப் பலன் உண்டு என்பது எல்லோருடைய மனத்திலும் தானாகப் பதிந்துவிடுகிறது.

இதேபோல், தனது கட்டுப்பாட்டில் இயங்கும் அனைத்து ஆலைகளின் முக்கியப் புள்ளிகளையும் ஒருங்கிணைத்து, ஒவ்வொரு திங்கள்கிழமையும் ‘வீடியோ கான்ஃபரன்சிங்’ முறையில் பேச்சுவார்த்தைகளை நடத்துகிறார் லட்சுமி மிட்டல்.

பேச்சுவார்த்தைகள் என்றால், மணிக்கணக்காகக் காசு விவகாரம் பேசிக்கொண்டிருப்பதில்லை. ஒவ்வோர் ஆலையிலும், விதவிதமான புதுப் பிரச்னைகள் முளைத்திருக்கும், அதை அவர்கள் கஷ்டப்பட்டுச் சரி செய்திருப்பார்கள், அல்லது, எப்படிச் சரி செய்வது என்று தெரியாமல் விழித்துக்கொண்டிருப்பார்கள். இதுபோன்ற விஷயங்களை, அந்தந்த ஆலைகளைச் சேர்ந்தவர்கள் பொதுவில் முன்வைக்கலாம்.

தொழில்நுட்பத் தலைவலிகளில் தொடங்கி, தொழிலாளர் பிரச்னைகள்வரை இப்படி உள்ளூர்ப் பிரச்னைகள்கூட, எல்லோருக்கும் தெரியும்படி விவாதிக்கப்படுவதால், அவற்றுக்குத் தீர்வுகள் கண்டுபிடிப்பது சுலபமாகிறது. இப்போது ஓர் ஆலையை பாதித்துக்கொண்டிருக்கும் அதே பிரச்னையை,

சில ஆண்டுகளுக்குமுன் இன்னொருவர் சந்தித்திருக்கலாம், அப்போது அதைச் சமாளித்தது எப்படி என்பதை அவர் பகிர்ந்துகொள்வதால், எல்லா ஆலைகளும் பயன்பெறமுடிகிறது.

பிரச்னைகள்மட்டுமின்றி, உற்பத்தித் திறனை அதிகரிப்பதற்கான யோசனைகள், புதிதாக அறிமுகமாகியிருக்கும் தொழில்நுட்பங்கள் போன்றவையும் இந்தக் கூட்டங்களில் விவாதிக்கப்படுகின்றன.

இந்த மேலாளர்கள், நிர்வாகக் குழுவினர் படையின் வெற்றிக்கு இன்னொரு காரணம், இத்தனை பெரிதாக வளர்ந்தபிறகும், எந்த ஆலை, நிறுவனத்திலும் அநாவசியமான நிர்வாகப் படிகள், தடைகள் இல்லை. உலக அளவில் விற்பனைக்குப் பொறுப்பேற்றிருக்கும் முக்கியப் பிரிவுகளில்கூட, தட்டையான *(Flat)* நிர்வாக அமைப்புதான் காணப்படுகிறது.

இதனால், எந்தப் பிரச்னைக்கான தீர்வோ, அல்லது முக்கியமான முடிவோ, அநாவசியமாக ஒருவரிடமிருந்து இன்னொருவரின் மேஜைக்குத் தாவிக்கொண்டிருக்காமல், சட்டென்று தீர்மானிக்கப்படுகிறது.

மிட்டல் குழுமத்தைப் பொறுத்தவரை, அனைத்து ஆலைகளும், அவற்றின் முழு உற்பத்தித் திறனில் இயங்கவேண்டும் என்பது கட்டாயப் பாடம். இதுதவிர, தனது ஆலைகள் ஒவ்வொன்றும், உள்ளூர்த் தர அளவுகோல்களைப்பற்றிக் கவலைப்படாமல், உலகத் தரத்தில் இயங்கவேண்டும் என்றும் வலியுறுத்தினார் லட்சுமி மிட்டல்.

இதன்படி, ஒவ்வோர் ஆலைக்கும், அதன் உற்பத்தி அளவு, தரம், செலவுகள் ஆகியவற்றில் குறிப்பிட்ட இலக்குகள் நிர்ணயிக்கப் பட்டன. இந்த இலக்குகளை முழுமையாக அடைவதுடன், ஒவ்வோர் ஆண்டும், முன்பைவிட அதிகப்படியான இலக்குகளை நிர்ணயித்து, அவற்றையும் சாதித்துக் காட்டவேண்டும் என்று தன்னுடைய நிர்வாகிகளை ஊக்குவிக்கிறார் மிட்டல்.

நிதி நிர்வாகத்தைப்பொறுத்தவரை, லட்சுமி மிட்டலின் ஆலைகள், நிறுவனங்கள் அனைத்திலும், 'பர்த்தா' *(Partha)* என்னும் பழமையான இந்தியக் கணக்கீட்டு முறை பின்பற்றப்படுகிறது.

இந்த 'பர்த்தா' முறையின்படி, ஒவ்வொரு நாளும், ஒவ்வோர் ஆலையிலும், அன்றைய செலவுகள் என்னென்ன, ஒவ்வொரு தயாரிப்பு வகையிலும், அன்றைய மொத்த உற்பத்தி எவ்வளவு என்பதைப்பற்றிய அறிக்கைகள் தயாரிக்கப்பட்டு, லட்சுமி மிட்டலிடம் சமர்ப்பிக்கப்படவேண்டும்.

இதைப்பற்றிப் புதிதாகக் கேள்விப்படுகிறவர்கள், 'லட்சுமி மிட்டலுக்குப் பைத்தியம் பிடித்துவிட்டதா?', என்று கேட்பதுண்டு. ஏனெனில், சின்னஞ்சிறிய நிறுவனங்களில் வேண்டுமானால், இதுபோன்ற தினசரிக் கணக்குகள் சரிப்படும். இப்படி உலகம்முழுவதும் பிரம்மாண்டமான இரும்பு ஆலைகளை வைத்துக்கொண்டு, ஒவ்வொரு நாளும் என்ன செலவாச்சு என்று பைசா சுத்தமாகக் கணக்குப் பார்க்க ஆசைப்பட்டால், நடக்கிற காரியமா?

'நடந்தாகவேண்டும்', என்கிறார் லட்சுமி மிட்டல். தன்னுடைய கட்டுப்பாட்டில் இயங்கும் நிறுவனங்கள் அனைத்தும், இந்த முறையைக் கண்டிப்பாகப் பின்பற்றவேண்டும் என்பதில் உறுதியுடன் இருக்கும் அவர், இதன்மூலம் நிறுவனத்தின் அப்போதைய நிதி நலனைத் தெளிவாகப் புரிந்துகொள்ளமுடியும், பல பிரச்னைகளை ஆண்டு இறுதிக் கணக்குகள் தயாராகும்வரை தள்ளிப்போடாமல், சீக்கிரத்தில் கண்டறிந்து, உடனடியாகச் சரி செய்யமுடியும் என்று நம்புகிறார்.

இப்படிப் பல புதுமையான அணுகுமுறைகளால், உருக்குத் தொழில்துறையில் ஒரு வித்தியாசமான புரட்சியையே கொண்டு வந்திருக்கிறார் லட்சுமி மிட்டல். அவருடைய உலகச் சிந்தனை, இந்தத் தொழிலுக்கே புது ஊக்கம் தந்திருக்கிறது என்று நிபுணர்கள் பாராட்டுகிறார்கள்.

மிட்டலிடம் பணிபுரிகிற நிர்வாகிகளில் பலர், இந்தியாவில் SAIL உள்ளிட்ட பல நிறுவனங்களில் பணியாற்றி, நல்ல அனுபவம் பெற்றவர்கள். எனினும், பல கட்டுப்பாடுகளால், தங்களுடைய முழுத் திறமையையும் வெளிப்படுத்திச் செயல்படமுடியாமல் இருந்த அவர்களுக்கு, மிட்டல் முழுச் சுதந்தரம் கொடுத்து, உலகின் முன்னணி மேலாளர்களாக உயர்த்தியிருக்கிறார்.

அதுமட்டுமில்லை, இப்படி மிட்டலால் தேர்ந்தெடுக்கப் பட்டவர்களில் பலர், மிகச் சுமாரான சம்பளத்தில் தடுமாறிக்கொண்டிருந்தவர்கள். அவர்களுடைய திறமைக்கேற்ற ஊதியத்தைக் கொடுத்து, தனது நிறுவனத்தின் வளர்ச்சிக்குப் பயன்படுத்திக்கொள்கிறார் லட்சுமி மிட்டல்.

இதனால், எத்தனை சிரமமான சூழ்நிலையிலும், இவர்களால் சிரமமின்றிச் செயல்படவும் ஜெயிக்கவும் முடிகிறது. மிட்டல் குழுமம் இத்தனை நாடுகளில் தனது ஆலைகளை வெற்றிகரமாக நடத்திக்கொண்டிருக்கிறது என்றால், இந்த மேலாளர்களும் நிர்வாகிகளும் அதற்கு முக்கியமான காரணங்களாக இருக்கிறார்கள்.

லட்சுமி மிட்டலிடம் பணிபுரிந்தவர்கள், அவரிடம் பழைய, புதிய தொழில் நுணுக்கங்கள் எல்லாவற்றையும் சரி விகிதத்தில் பார்க்கமுடியும் என்கிறார்கள்.

உதாரணமாக, அவரது நிறுவனங்களில் யாரேனும் சரியாகச் செயல்படவில்லை, அல்லது, அவர்களுடைய முழுத் திறனையும் வெளிப்படுத்தி இயங்குவதில்லை என்று தெரியவந்தால், அந்தக் குற்றச்சாட்டுகளை விசாரித்து, உறுதி செய்துகொண்டபின், அநாவசியமாகச் சுற்றிவளைக்காமல் நேரடியாக அவர்களிடம் இதுபற்றிப் பேசிவிடுவது லட்சுமி மிட்டலின் பழக்கம்.

அதாவது, 'உங்களிடம் இப்படி ஒரு தவறு இருக்கிறது. நீங்கள் அதைச் சரி செய்துகொண்டால்தான், உங்களுக்கும் நல்லது, நிறுவனத்துக்கும் நல்லது', என்று முகத்தில் அடித்தாற்போல் சொல்லிவிடுவது. இதை அவர் ஒப்புக்கொண்டு, மாறுவதாக உறுதியளித்தால், அந்த மேலாளர் தொடரலாம், இல்லாவிட்டால், வெளியே போகவேண்டியதுதான்.

நேரடியான இந்த அணுகுமுறையால், யாருக்கும் நேரம் வீணாவதில்லை. சரியாகச் செயல்படாத ஒருவரை, நிறுவனத்தில் வைத்திருந்து, அவருக்குச் சம்பளமும் கொடுக்கிற இரட்டை நஷ்டத்தையும் தவிர்க்கமுடிகிறது.

எல்லா விஷயங்களிலும், இந்த நேரடி அணுகுமுறையை கவனமாகப் பின்பற்றுகிறார் லட்சுமி மிட்டல். எந்த முக்கியமான

முடிவையும் அநாவசியமாகத் தாமதப்படுத்துவதில்லை, ஒரு விஷயத்தைச் செய்யவேண்டும் என்று தீர்மானித்துவிட்டால், அதன்பிறகு நேரத்தை வீணாக்காமல், சட்டென்று அதில் இறங்கிவிடுகிறது மிட்டல் குழுமம்.

லட்சுமி மிட்டல் ஓர் ஆலையை வாங்குவது என்று உறுதியாக முடிவு செய்யும்வரை, அதேபோன்ற வேறு சில ஆலைகள், நிறுவனங்களுடனும் தொடர்ந்து பேச்சுவார்த்தைகளை நடத்திக்கொண்டிருப்பார். ஆனால், இந்த ஆலைதான் என்று தீர்மானமாகி, காசு கைமாறிவிட்டால், எல்லா கவனத்தையும் அந்த ஒரே இடத்தில் குவித்து, போர்க்கால அடிப்படையில் வேலைகளைத் தொடங்கிவிடுவார்கள்.

'ஓர் ஆலையைப் பணம் கொடுத்து வாங்கிவிட்டால், அந்த விநாடியிலிருந்து எங்களுடைய நேரக் கணக்கு ஆரம்பமாகிவிடுகிறது', என்கிறார் லட்சுமி மிட்டல். இதனால், அதன்பிறகு சிறிதளவு நேரத்தையும் வீணடிப்பதற்கில்லை, செய்யவேண்டியதை உடனடியாகவும் முழுமையாகவும் செய்துமுடித்தால்தான், முதலீடு செய்திருக்கிற பணத்துக்குப் பாதுகாப்பு என்று நம்புகிறது அவருடைய பட்டாளம்.

'லட்சுமி மிட்டல் எப்போதும் நம்பிக்கையோடு, நேரடியாகப் பேசக்கூடியவர். ஆகவே, என்னதான் சிரமமான சூழலாக இருந்தாலும், அவர் பக்கத்தில் இருந்தாலே, எல்லாம் சரியாக முடிந்துவிடும் என்கிற நம்பிக்கை நமக்கும் தொற்றிக்கொள்ளும்', என்கிறார் மிட்டலுடன் இணைந்து பணியாற்றிய ரொட்னி மோட் *(Rodney Mott)* என்ற அமெரிக்கர்.

ஆனால், இதே ரொட்னி மோட், பின்னர் சில கருத்து வேறுபாடுகளால் லட்சுமி மிட்டலிடமிருந்து விலகிவிட்டார். அதுபற்றிக் குறிப்பிடும்போது, 'மிட்டலிடம் கட்டளையிட்டுக் கட்டுப்படுத்துகிற குணம் அதிகம், அவர் என்ன சொன்னாலும் மற்றவர்கள் அதைக் கேள்வி கேட்காமல் அப்படியே செயல்படுத்தவேண்டும் என்று எதிர்பார்ப்பார், நாம் அதை மறுத்தால், சில சமயங்களில் நம்மை பயமுறுத்துவதுபோல் பேசுவதும் உண்டு', என்கிறார்.

இந்தக் கருத்தை, மிட்டலின் மற்ற நண்பர்கள், சக ஊழியர்கள் பலர் ஏற்கவில்லை, 'மொத்த நிறுவனமும் மிட்டலுக்குதான் சொந்தம் எனும்போது, சில சமயங்களில் அவர் அப்படி அதிகாரத்துடன் நடந்துகொள்வது அவசியம்தான். ஆனால், மற்ற சில 'முதலாளி'களுடம் ஒப்பிடும்போது, நிச்சயமாக லட்சுமி மிட்டல் சர்வாதிகாரி அல்ல', என்கிறார்கள் இவர்கள்.

லட்சுமி மிட்டலின் குழுமத்துக்கு வெளியே, அவரைப் பார்த்து வியக்கிற தொழில்துறைப் பிரபலங்கள் ஏராளம். உதாரணமாக, கிர்லோஸ்கர் அமைப்பின் தலைவரான விக்ரம் கிர்லோஸ்கர், மிட்டலின் உயர்ந்த லட்சியத்தையும் அவருடைய தொடர்ச்சியான உழைப்பையும் குறிப்பிட்டுப் பாராட்டியுள்ளார்.

இதேபோல், அவருடைய தைரியத்தையும் பலர் பாராட்டு கிறார்கள். இதே துறையில் இருக்கிற மற்றவர்களுக்குத் தோன்றாத யோசனைகளெல்லாம், லட்சுமி மிட்டலுக்கு முதலில் தோன்றுகிறது என்றால், அதற்குக் காரணம், அவருடைய தயக்கமற்ற மனப்போக்குதான்.

லட்சுமி மிட்டலைப்பொறுத்தவரை, ஒரு தொழில் நிறுவனத்திற்கு, எந்தவிதமான எல்லைகள், கட்டுப்பாடுகளும் இருக்கக்கூடாது, அது எங்கேயும் இயங்கலாம், எதையும் சாதிக்கலாம்.

இதனால், உலகின் எந்தப் பகுதியிலும் முதலீடு செய்வதற்கு மிட்டல் தயங்குவதில்லை. நாடுகள், கலாசாரங்கள், மொழிகள், அரசியல், சமூக எல்லைகளைக் கடந்து, அவருடைய 'மிட்டல் ஸ்டீல்' பரவியிருக்கிறது.

அதேசமயம், என்னதான் பிரம்மாண்டமான கனவுகளைத் துரத்தினாலும், யதார்த்தத்தையும் மறந்துவிடக்கூடாது என்பதில் லட்சுமி மிட்டல் மிகவும் கவனமாக இருக்கிறார். இதனால்தான், அவருடைய பிஸினஸ் திட்டங்கள் ஒவ்வொன்றும், கற்பனையான ஏக்கங்கள், எதிர்பார்ப்புகளாக இல்லாமல், நிஜத்தில் செயல்படுத்தக்கூடியவையாக இருக்கின்றன.

மிட்டலுடன் நெருங்கிப் பழகியவர்கள், அவருடைய அபாரமான ஞாபகசக்தியைத் தவறாமல் குறிப்பிடுகிறார்கள்.

உதாரணமாக, செக் குடியரசில் ஓர் உருக்கு ஆலையை வாங்கு முன், அதனை முழுமையாக மதிப்பீடு செய்வதற்கான பணிகளில் லட்சுமி மிட்டலும் அவருடைய குழுவினரும் ஈடுபட்டிருந்தார்கள். அப்போது, அங்கே பணிபுரிந்துகொண்டிருந்த மேலாளர் ஒருவர், வேண்டுமென்றே தன்னுடைய கட்டுப்பாட்டில் இருந்த தொழிற்சாலையின் செயல்திறன்பற்றி, மிகையான ஒரு பிம்பத்தை உருவாக்க முயன்றார்.

அவர் சொல்லும் மதிப்பீட்டில் ஏதோ தவறு இருக்கிறது என்பது, லட்சுமி மிட்டலுக்கு அப்போதே புரிந்துவிட்டது. என்றாலும், அதுபற்றி அவர் எந்த ஆட்சேபணையும் எழுப்பவில்லை.

பின்னர், அந்த ஆலையை லட்சுமி மிட்டல் வாங்கியபிறகு, அவரைச் சந்திப்பதற்காக அதே மேலாளர் மீண்டும் வந்தார். அப்போது, அவர் வழங்கிய முந்தைய மதிப்பீட்டைத் துல்லியமாகக் குறிப்பிட்ட லட்சுமி மிட்டல், 'இது சரியானதுதானா? நிஜமாகவே இத்தனை உற்பத்தியை உங்களால் சாதிக்கமுடியுமா?' என்று கேட்டாராம்.

இப்படித் தன்னுடைய தொழில் சார்ந்த பல தகவல்களை, எப்போதும் விரல் நுனியில் வைத்திருந்தார் லட்சுமி மிட்டல். இதனால், அவரிடம் யாரும் மேலோட்டமாகப் பேசித் தப்பிவிடமுடியாது.

அதேசமயம், தகுதியுள்ள திறமைசாலிகளின்மீது முழு நம்பிக்கை வைத்து, அவர்கள் சுதந்தரமாகச் செயல்பட ஊக்குவிக்கிறவர் லட்சுமி மிட்டல்.

ஒவ்வொரு காலாண்டிலும், தனது ஆலைகள் ஒவ்வொன்றையும் நேரடியாகச் சென்று பார்த்து, முந்தைய மூன்று மாதங்களின் செயல்பாடுகளை அலசி, அடுத்த மூன்று மாதங்களுக்கான இலக்குகளை நிர்ணயிப்பார் லட்சுமி மிட்டல். அதன்பிறகு, அந்த ஆலைகளின் பொறுப்பாளர்களிடம் அதனை முழுமையாக ஒப்படைத்துவிடுகிறார்.

பின்னர், ஒவ்வோர் ஆலையிலும், என்ன நடக்கிறது, என்னென்ன பிரச்னைகள், அவை எப்படித் தீர்க்கப் படுகின்றன என்பதுபோன்ற விவரங்கள் தனக்குத்

தொடர்ந்து கிடைத்துக்கொண்டிருக்கவேண்டும், தினசரி உற்பத்தி, செலவுகளைத் தவறாமல் அறிக்கை வடிவில் சமர்ப்பிக்கவேண்டும் என்று வலியுறுத்துவதைத்தவிர, வேறு எந்த விதத்திலும் நிர்வாகத்தில் அவர் அநாவசியமாகத் தலையிடுவதில்லை.

அவருக்கு வேண்டியதெல்லாம், உற்பத்தியை அதிகரிக்கவேண்டும், செலவுகளை முடிந்தவரை குறைக்கவேண்டும். இதன்மூலம், தனது ஆலைகள் ஒவ்வொன்றும், தனித்தனியே லாபம் சம்பாதிக்கக்கூடிய நிறுவனங்களாக இயங்கவேண்டும் என்று வலியுறுத்துகிறார் லட்சுமி மிட்டல்.

உருக்கு உற்பத்தியைப்பொறுத்தவரை, முதல் இடம், இரண்டாவது இடம் என்பதுபோன்ற கணக்குகளில் லட்சுமி மிட்டலுக்கு நம்பிக்கை இல்லை, 'உற்பத்தி அளவு முக்கியம்தான். ஆனால், எந்த உருக்குத் தயாரிப்பானாலும், மற்றவர்களைவிடக் குறைந்த செலவில் அதனை உற்பத்தி செய்யவேண்டும் என்பதுதான் என்னுடைய விருப்பம்', என்கிறார் அவர்.

முப்பது வருடங்களாக இந்தத் துறையில் இயங்கிவரும் லட்சுமி மிட்டல், மற்ற துறையினரைவிட, உருக்கு உற்பத்தியாளர்கள் இந்த விஷயத்தில் மிகக் குறைவான கவனம்தான் செலுத்துகிறார்கள் என்று வருந்துகிறார், தரத்தில் சமரசம் செய்துகொள்ளாமல், உற்பத்திச் செலவைக் குறைத்தால்மட்டுமே, உருக்குத் துறையில் வளர்ச்சி சாத்தியம் என்று எண்ணுகிறார் மிட்டல்.

இந்த எண்ணத்தைதான், அவர் தன்னுடைய சக ஊழியர்கள் எல்லோரிடமும் வலியுறுத்திவருகிறார், 'என்னைப்போலவே அவர்களும் சிந்தித்தால், உற்பத்திச் செலவை மேலும் குறைப்பதற்கான புதிய வழிமுறைகள் தானாகக் கிடைக்கும். அவர்கள் அதனை எல்லோருடனும் பகிர்ந்துகொண்டால், எல்லாத் தளங்களிலும் இந்த வழிமுறைகளைப் பின்பற்றி, மொத்தச் செலவுகளைக் குறைக்கமுடியும்', என்று சொல்லும் லட்சுமி மிட்டல், பல உருக்குத் தயாரிப்புகளில் 'மிட்டல் ஸ்டீல்' அடைந்திருக்கும் பெரிய வெற்றிகளுக்கு இதையே காரணமாகக் குறிப்பிடுகிறார்.

'உங்களுடைய மிகப் பெரிய வெற்றிக்கு ஒரு காரணம், ஒரே ஒரு காரணம்தான் சொல்லவேண்டும் என்றால், எதைச் சொல்வீர்கள்?', என்று ஒருமுறை லட்சுமி மிட்டலிடம் கேட்டார்கள்.

அதற்கு அவர் சொன்ன பதிலில், லட்சுமி மிட்டலின் மொத்த வாழ்க்கையையும் சுருக்கி அடைத்துவிடலாம், 'நான் எப்போதும் கடந்தகாலத்தைத் திரும்பிப் பார்ப்பதில்லை. எந்நேரமும், அடுத்து நடக்கவேண்டியது என்ன என்பதைப்பற்றிதான் சிந்தித்துக்கொண்டிருப்பேன். சில சமயங்களில் என்னுடைய தொழில் முயற்சிகள் தோற்றுப்போனது உண்டு. ஆனால், அதுபோன்ற தடங்கல்கள் என்னைத் திசை திருப்பிவிட முடியாதபடி, நான் கவனத்தோடு இருக்கிறேன். ஏனெனில், நான் என்ன செய்யவேண்டும் என்பதுபற்றி, என் மனத்தில் ஒரு தெளிவான பார்வை இருக்கிறது. அதுதான் என்னை வழிநடத்துகிறது!'

15. பிரபலத்தின் எல்லை

தொண்ணூறுகளின் மத்தியில், லட்சுமி மிட்டலின் அப்பா மோகன் லால் மிட்டலைப் பேட்டி எடுத்தது புகழ்பெற்ற 'தி எகனாமிஸ்ட்' (*The Economist*) பத்திரிகை. அந்தப் பேட்டியில், மோகன் லால் மிட்டல் குறிப்பிட்ட ஒரு கருத்து, இப்போது மிகப் பிரபலமாகிவிட்டது.

அதாவது, என்றைக்கு நீங்கள் அதிகப் பிரபலாகிறீர்களோ, அன்றைக்கு உங்களுடைய சரிவு தொடங்கிவிடுகிறது - மோகன் லால் மிட்டல் குறிப்பிட்டதன் சாராம்சம் இதுதான்.

இந்த வாசகத்தை, கடந்த சில ஆண்டுகளாக லட்சுமி மிட்டல் அடைந்துவரும் புகழுக்கு எதிராகப் பயன்படுத்தி, ஊசி ஏற்றுகிறவர்கள் இருக்கிறார்கள். அவர்குறித்து எழுந்துள்ள சர்ச்சைகள் அனைத்திற்கும், இதுவே காரணம் என்று சொல்கிறவர்களும் உண்டு.

உதாரணமாக, ஒரு மிகச் சிறிய விஷயம். லட்சுமி மிட்டல் இங்கிலாந்தில் ஒரு வீடு வாங்கிக் குடியேறினார். உடனே, அதுபற்றி நூற்றுக்கணக்கான செய்திக் கட்டுரைகள் எழுதித் தள்ளப்பட்டிருக்கின்றன.

ஏனெனில், அந்த வீடு சாதாரணமானதில்லை. இன்றுவரை, உலகிலேயே அதிக விலை கொடுத்து வாங்கப்பட்ட வீடு (அல்லது, மாளிகை) அதுதான்.

தெற்கு லண்டனில் ஹாம்ப்ஸ்டட் பகுதியில் உள்ள அந்த வீட்டை, 'ஃபார்முலா ஒன்' கார் பந்தயத்தின்மூலம் புகழ்பெற்ற பெர்னி எக்ள்ஸ்டன் *(Bernie Ecclestone)* என்பவரிடமிருந்து சுமார் எழுபது மில்லியன் பவுண்ட்கள் கொடுத்து வாங்கியிருக்கிறார் லட்சுமி மிட்டல்.

உடனடியாக, சுமார் அறுநூறு கோடி ரூபாய் விலை கொடுத்து வாங்கப்பட்டிருக்கும் அந்த வீட்டின் பரப்பளவு என்ன, மொத்தம் எத்தனை அறைகள், ஒரே நேரத்தில் எத்தனை கார்களை நிறுத்தமுடியும், வெளி, உள் அலங்காரங்கள் என்னென்ன, பக்கத்து வீட்டுக்காரப் பெரும்புள்ளிகள் யார் யார், வீட்டினுள் தரையில் பதிக்கப்பட்டிருக்கும் மார்பிள் கற்கள் எந்த அளவு உசத்தியானவை, நீச்சல் குளத்தின் வடிவமைப்பு எப்படி, அதில் நிரப்பப்பட்டிருப்பது தண்ணீரா, வெந்நீரா அல்லது கிளியோபாட்ரா பாணியில் கழுதைப் பாலா என்றெல்லாம் செய்திகள் பரபரப்பாக வெளியாகத் தொடங்கிவிட்டன.

ஆனால், இப்படி எல்லோரும் புகழ்ந்து தள்ளும் அந்த ஆடம்பர வீட்டில், லட்சுமி மிட்டலால் அதிக நேரம் செலவிட முடிவதில்லை என்பதை யாரும் கண்டுகொள்வதில்லை. பிஸினஸ் விஷயமாக அவர் தனது சொந்த விமானத்தில் உலகம்முழுவதும் பறந்துகொண்டிருப்பதால், மாதத்தில் பத்து நாள்கள்கூட அவர் லண்டனில் இருப்பதில்லை.

எப்போதும் இப்படி வேலை விஷயமாகப் பறந்து கொண்டிருந்தாலும், மனதையும் உடலையும் சுறுசுறுப்பாக வைத்துக்கொள்வதற்கு லட்சுமி மிட்டல் சில விஷயங்களைத் தவறாமல் பின்பற்றுகிறார். அவற்றில் முக்கியமானவை - உலகின் எந்தப் பகுதியில் இருந்தாலும், தினந்தோறும் ஒரு மணி நேரம் யோகா பயிற்சி, காலமும் இடமும் ஒத்துழைத்தால், நீச்சல், முடிந்தபோதெல்லாம் குடும்பத்தோடு நேரம் செலவிடுதல். லட்சுமி மிட்டலின் மனைவி உஷா மிட்டல், இந்தோனேஷியாவில் உள்ள 'இண்டோ இஸ்பாத்' ஆலையின் நிர்வாகப் பொறுப்புகளை ஏற்றிருக்கிறார், மகன் ஆதித்யா, மகள் வனிஷா, இருவரும், 'மிட்டல் ஸ்டீல்' குழுமத்தின் இயக்குனர்கள், உலக அளவில் மிகச் சிறந்த இளம் நிர்வாகிகளில் ஒருவராக அறியப்பட்டிருக்கிறவர் ஆதித்யா மிட்டல்.

இப்படி மிட்டல் குடும்பத்தைச் சார்ந்தவர்கள் எல்லோருமே, உருக்குத் தொழில் சார்ந்த பணிகளில் ஈடுபட்டிருப்பதால், வீட்டில் அனைவரும் சேர்ந்து இருக்கிற சந்தர்ப்பங்கள் மிகக் குறைவு. ஆகவே, இந்த நேரங்களை, முழுமையாகக் குடும்பத்துக்கென ஒதுக்கிவிடவேண்டும் என்பதில் கவனமாக இருக்கிறார் லட்சுமி மிட்டல்.

மற்றபடி, லட்சுமி மிட்டலுக்குப் பொழுதுபோக்குகள் என்று விசேஷமாக எதுவும் கிடையாது, அதிகமாகத் தொலைக்காட்சி அல்லது சினிமா பார்ப்பதுகூட கிடையாது. ஆனால், பொழுதுபோக்கு சார்ந்த முதலீடு ஒன்றைச் சில ஆண்டுகளுக்குமுன் செய்திருக்கிறார் மிட்டல்.

'B4U' (பாலிவுட் ஃபார் யூ) என்று பெயரிடப்பட்ட இந்தத் தொலைக்காட்சி சானலில், லட்சுமி மிட்டலும் அவருடைய நண்பர்கள் இருவரும் முதலீடு செய்திருக்கிறார்கள். இங்கிலாந்து, கனடா மற்றும் மத்திய கிழக்கு நாடுகளில், இந்திய சினிமா சார்ந்த நிகழ்ச்சிகளைத் தொலைக்காட்சிமூலம் ஒளிபரப்பிக் காசு பண்ணும் முயற்சி இது.

'என்னுடைய உருக்குத் தொழிலுக்கும் B4U முதலீட்டுக்கும் எந்தத் தொடர்பும் இல்லை', என்று தெளிவுபடுத்துகிறார் லட்சுமி மிட்டல், 'இது தனிப்பட்டமுறையில் நான் செய்திருக்கும் ஒரு முதலீடு. சரியாக வந்தால், சந்தோஷப்படுவேன். இல்லாவிட்டாலும், பரவாயில்லை, என்னுடைய பலம் உருக்கு உற்பத்தியில்தான் என்பது எனக்கு நன்றாகத் தெரியும்.'

இதேபோல், உருக்கு உற்பத்தியாளர்களும் வாங்குபவர்களும் இணைந்து செயல்படக்கூடிய இணைய தளம் ஒன்றையும் உருவாக்க முயன்றார் லட்சுமி மிட்டல். அதாவது, இணையத்தில் ஓர் உருக்குச் சந்தைபோல, உங்களிடம் உருக்கு விற்பனைக்கு இருந்தால், அதை அறிவிக்கலாம், ஒருவேளை உங்களுக்கு உருக்கு தேவைப்பட்டால், அதையும் அறிவிக்கலாம், எல்லோரையும் ஒரே இடத்தில் ஒருங்கிணைப்பதுதான் இந்த இணைய தளத்தின் நோக்கம்.

இணையம் என்னும் நவீன தொழில்நுட்பத்தைத் தொழில் வளர்ச்சிக்குப் பயன்படுத்த முயன்ற லட்சுமி மிட்டலின்

புதுமையான இந்த முயற்சி, ஏனோ சரிப்படாமல் தோல்வியடைந்துவிட்டது.

இப்படி ஒருசில முயற்சிகளைத்தவிர, தனது பெரும்பாலான முதலீடுகளை உருக்கு உற்பத்தி மற்றும் *DRI* சார்ந்த தொழில்களில்தான் அமைத்துக்கொண்டிருக்கிறார் லட்சுமி மிட்டல். இதற்கு முக்கியக் காரணம், உலக அளவில் உருக்குத் தொழில் இன்னும் துண்டு துண்டாகக் கிடப்பதுதான்.

இந்தத் தொழிலுக்கென்றே இருக்கும் சில விசேஷ குணங்களால், இப்படிப் புவியியல் கணக்குகளின்படி இயங்குகிற நிலைமை, அவ்வளவு சீக்கிரத்தில் மாறிவிடாது. என்றாலும், அடுத்த சில ஆண்டுகளுக்குள், உருக்குச் சந்தையின் பெரும்பகுதி, ஒரு சில பெருந்தலைகளால்மட்டும் ஆளப்படும் என்று நம்புகிறார் லட்சுமி மிட்டல்.

அதாவது, இப்போது நூறு சிறு ஆலைகள் இருக்கிற இடத்தில், அப்போது நாற்பது சிறு ஆலைகள்தான் இருக்கும், மிச்சமிருக்கிற அறுபது ஆலைகளை, மூன்று அல்லது நான்கு பெரு நிறுவனங்கள் / குழுமங்கள் கட்டுப்படுத்திக்கொண்டிருக்கும்.

இந்தக் கணிப்பை உறுதிப்படுத்துவதுபோல், *Consolidation* என்னும் இந்த ஒருங்கிணைப்பு உருக்குத் தொழிலில் அதிவேகமாக நடந்துகொண்டிருக்கிறது. பல சிறு ஆலைகள், பெரு நிறுவனங்களால் கைப்பற்றப்பட்டு, அதிக முதலீடு, மேம்பட்ட தொழில்நுட்பம், அதிக உற்பத்தி என்று மாறிவருகின்றன, லட்சுமி மிட்டலின் குழுமம் இதில் முன்னணியில் செயல்பட்டுக்கொண்டிருக்கிறது.

இந்தச் செயல்திட்டத்தின்படி, சமீபத்தில் லட்சுமி மிட்டல் எடுத்த ஒரு நடவடிக்கை, பலருடைய புருவங்களை உயரச்செய்தது, முதலில் ஆச்சரியப்பட்டவர்கள், பிறகு முழுவேகத்தில் இதனை எதிர்க்கத் தொடங்கினார்கள்.

அப்படி என்ன செய்துவிட்டார் லட்சுமி மிட்டல்?

பெரிதாக ஒன்றுமில்லை, உலகிலேயே அதிக அளவு உருக்கு உற்பத்தி செய்துகொண்டிருக்கும் 'மிட்டல் ஸ்டீல்' குழுமம், இரண்டாவது நிலையில் இருக்கும் ஆர்செலார் நிறுவனத்தை

விலைக்கு வாங்க விரும்புவதாகத் தெரிவித்து, அதற்கு ஒரு விலையும் நிர்ணயித்துவிட்டார்.

இதைத்தான், பலரால் ஜீரணித்துக்கொள்ளமுடியவில்லை. மற்ற சிறு ஆலைகளை வாங்குவதுபோல், மிட்டல் ஆர்செலாரையும் நினைத்துவிட்டார் என்று அவர்கள் ஆத்திரப்பட, 'இதில் என்ன தவறு?' என்று அமைதியாகக் கேட்டார் லட்சுமி மிட்டல்.

எந்தத் தொழிலிலும், ஒரு பெரிய நிறுவனம், இன்னொரு சிறிய அல்லது பெரிய நிறுவனத்தை வாங்குவதில் எந்தத் தவறும் இல்லைதான். ஆனால், மிட்டல் ஸ்டீல் – ஆர்செலார் விஷயத்தை அப்படிச் சுலபமாகச் சொல்லிவிடமுடியாது.

இதற்கு முதல் காரணம், 'ஆர்செலார்' ஒரு பொது நிறுவனம். எனவே, அதை வாங்க விரும்புகிறவர்கள், அதில் நேரடி முதலீடு செய்திருக்கும் பொதுமக்களைத் திருப்திப்படுத்தியாகவேண்டும், இந்த இணைப்பினால் அந்நிறுவனத்துக்கு லாபம்தான் என்பதைத் தெளிவுபடுத்தி, அடுத்த ஒரு சில ஆண்டுகளுக்கான தெளிவான செயல்திட்டங்களைக் காண்பித்து, ஓட்டெடுப்புமூலம் பெரும்பான்மை முதலீட்டாளர்களின் ஆதரவைப் பெற்றால்தான், 'மிட்டல் ஸ்டீல்' ஆர்செலாரை வாங்கமுடியும்.

அடுத்து, இன்னொரு முக்கியமான தடை, தற்சமயம் ஆர்செலாரின் தலைமைப் பொறுப்பில் இருக்கிறவர்களுக்கு, லட்சுமி மிட்டலைப் பிடிக்கவில்லை. அவரை நம்பக்கூடாது என்றும், அவருடைய நிறுவனம் ஒரு குடும்பத்தின் நன்மையைமட்டும் மனத்தில் வைத்து இயங்குகிறது என்றும், இதனால், 'மிட்டல் ஸ்டீல்' மற்றும் 'ஆர்செலார்' இரு நிறுவனங்களின் கொள்கைகளும் எப்போதும் ஒத்துப்போகாது என்றும் எதிர்க் குரல்கள் எழுந்துள்ளன.

அதாவது, ஆர்செலாரை லட்சுமி மிட்டல் விலைக்கு வாங்கி விட்டால், அவரைப்பொறுத்தவரை, அவருடைய மிகப் பெரிய குழுமத்தில் அது மேலும் ஓர் உருக்கு நிறுவனம் என்றாகிவிடும், அதன்பிறகு அதில் முதலீடு செய்திருப்பவர்கள், பணியாளர்கள் என்று யாருடைய நலனும் பாதுகாக்கப்படும் என்பதற்கு உத்திரவாதம் இல்லை என்கிறார்கள் இவர்கள்.

ஆகவே, தொழில்துறை விவகாரம் என்ற நிலையிலிருந்து, ஆர்செலார் விஷயம் இப்போது உலகப் பிரச்னையாகிவிட்டது. இந்த எதிர்ப்பை முன்வைத்து, லட்சுமி மிட்டல்மீது ஏகப்பட்ட விமர்சனங்கள் எழுந்துள்ளன, பழைய சர்ச்சைகள் சிலவும் உயிர்பெற்று எழுந்துள்ளன.

இந்த விஷயத்தில், ஆரம்பத்திலிருந்தே லட்சுமி மிட்டலின் அணுகுமுறை தவறாகதான் இருக்கிறது என்று சிலர் சொல்கிறார்கள். இதற்கு உதாரணமாக, அவர் முதன்முதலாக இதுபற்றிப் பேசஆரம்பித்த சம்பவத்தை அவர்கள் நினைவுபடுத்துகிறார்கள்.

ஆர்செலார் குழுமத்தின் தலைமைப் பொறுப்பில் இருக்கும் கை டாலே *(Guy Dolle)* என்பவருடன், லட்சுமி மிட்டலுக்குப் பல ஆண்டுகளாக தனிப்பட்டமுறையில் நல்ல நட்பு உண்டு. இருவரும், உலக உருக்கு வர்த்தகத்தின் முக்கியப் புள்ளிகள் என்பதால், அடிக்கடி சந்தித்து, தொழில் சார்ந்த பொதுவான விஷயங்கள், பிரச்னைகள், தீர்வுகளைப் பகிர்ந்துகொள்வார்கள்.

இதனால், சமீபத்தில் லட்சுமி மிட்டல் அவரை விருந்துக்கு அழைத்தபோது, கை டாலேவுக்கு எந்தச் சந்தேகமும் ஏற்பட வில்லை. வழக்கமான, நட்பு ரீதியிலான சந்திப்பு என்றுதான் நினைத்தார் அவர்.

ஆனால், அன்று மாலை, மிட்டலின் லண்டன் 'மாளிகை'யில், இருவரும் சந்தித்து, சகஜமாகப் பேசிச் சிரித்துக் கொண்டிருந்தபோது, திடுதிப்பென்று, 'நம் இரு குழுமங்களும் இணைந்துவிட்டால் என்ன?', என்று கேட்டிருக்கிறார் லட்சுமி மிட்டல்.

தனிப்பட்ட நட்பு வேறு, தொழில் வேறு என்கிற வித்தியாசத்தை எப்போதும் மனத்தில் வைத்திருக்கும் கை டாலே, எதிர்பாராத இந்தப் பேச்சால் திகைத்துப்போய்விட்டார். சில தொழில் சார்ந்த ஒழுக்கங்கள், நாகரிகங்களை லட்சுமி மிட்டல் மீறிவிட்டார் என்று அவருக்குத் தோன்றியது. என்றாலும், கோபத்தை மறைத்துக்கொண்டு, பேச்சை வேறு விஷயங்களுக்குத் திருப்பினார் அவர்.

பின்னர், இதுபற்றிப் பேசும்போது லட்சுமி மிட்டல், கை டாலே இருவரும் வெவ்வேறுவிதமான கதைகளைச் சொல்கிறார்கள்.

'அவருடைய (இணைப்புக்) கோரிக்கைக்கு நான் சம்மதிக்கவும் இல்லை, மறுக்கவும் இல்லை', என்கிறார் கை டாலே, 'பெரும்பாலான இணைப்புகள், கலாசார வேறுபாடுகளால் தோல்வியடைந்துவிடுகின்றன', என்றுமட்டும் மிட்டலிடம் குறிப்பிட்டு, நாசூக்காக, மறைமுகமாகத் தனது மறுப்பைச் சொன்னதாகக் குறிப்பிடுகிறார் அவர்.

ஆனால், இந்த இணைப்புக்குச் சம்மதிக்கமுடியாது என்று அவர் உடனடியாகவும் நேரடியாகவும் சொன்னதாகக் குறிப்பிடுகிறார் லட்சுமி மிட்டல். இந்த இணைப்பு ஏன் சரிப்படாது என்பதற்கு அவர் பல காரணங்களை அடுக்கி, இனிமேல் இதுபற்றிப் பேசவேண்டாம் என்றும் மறுத்ததாக அவர் சொல்கிறார்.

எப்படியோ, ஆர்செலார் - மிட்டல் ஸ்டீல் குழுமங்கள் இணைவதில் கை டாலேவுக்கு விருப்பம் இல்லை. இதைப் புரிந்துகொண்ட லட்சுமி மிட்டல், பேச்சை சட்டென்று வேறு திசைக்குத் திரும்பிவிட்டார். இந்த விஷயத்தை அவர்கள் விவாதிக்கவே இல்லை என்பதுபோல், அதன்பிறகு, இருவரும் சகஜமாகப் பேசிக்கொண்டிருந்தார்கள்.

எனினும், இந்த விஷயத்தை லட்சுமி மிட்டல் முழுவதுமாக மறந்திருக்கவில்லை, 'மீண்டும் இதுபற்றி உங்களிடம் பேசுவேன்', என்று அன்றைய சந்திப்பின் இறுதியில் குறிப்பிட்ட அவர், சில நாள்களுக்குப்பின் கை டாலே-வை அழைத்து, 'நாம் உடனடியாகச் சந்திக்கவேண்டும்', என்று சொல்லியிருக்கிறார்.

ஆனால், மீண்டும் அவர் இதே விஷயத்தைதான் பேசப்போகிறார் என்று ஊகித்த கை டாலே, மிட்டலைச் சந்திக்கவே இல்லை. அடுத்த சில நாள்களுக்குள், மிட்டல் ஸ்டீல் ஆர்செலாரைத் தங்களுடன் இணைத்துக்கொள்ள விரும்புவதாக அறிவித்து, அந்நிறுவனத்துக்கு 22.6 மில்லியன் டாலர்கள் என்று மொத்த விலையும் நிர்ணயித்துவிட்டது.

இங்கேதான், பிரச்னை பெரிதாகிவிட்டது. லட்சுமி மிட்டல், தனது நேரடிப் போட்டியாளரான ஆர்செலாரைக் கைப்பற்ற

முயல்கிறார் என்று அறிவித்து, அவருக்கு எதிரான பிரசாரங்களை பலப்படுத்தினார்கள். தொழிலதிபர்களில் தொடங்கிய விவகாரம், சீக்கிரத்தில் அரசியல்வாதிகளும் கலந்துகொண்ட மொத்தக் குழப்பமாக உருமாறியது.

இந்த எதிர்ப்பலையைச் சமாளிப்பதற்காக, லட்சுமி மிட்டல் ஐரோப்பாவின் பல பகுதிகளுக்கும் பறந்து சென்று, ஆட்சியாளர்கள், தொழிலதிபர்களைச் சந்தித்துத் தனது தரப்பு நியாயத்தைத் தெளிவுபடுத்தவேண்டியிருந்தது.

இந்த விஷயத்தில் லட்சுமி மிட்டலின் வாதங்கள் என்னென்ன?

முதலாவதாக, இந்த இணைப்பின்மூலம் உலகின் மிகப் பெரிய உருக்கு நிறுவனம் ஒன்று உருவாகும். முன்பு எப்போதும் இல்லாத அளவுக்கு, ஒரே ஒரு தனி நிறுவனத்தால், உலக உருக்குச் சந்தையைக் கட்டுப்படுத்தமுடியும், இது உருக்குத் தொழிலுக்கு நல்லது.

அடுத்து, இப்படி ஓர் இணைப்பு சாத்தியமாகிவிட்டால், உருவாகும் புதிய நிறுவனத்தை மிட்டல் குடும்பம்தான் கட்டுப்படுத்தும் என்பது சரியில்லை. ஏனெனில், இப்போது மிட்டல் ஸ்டீலில் 88 சதவிகிதப் பங்குகளை வைத்திருக்கும் லட்சுமி மிட்டல் குடும்பம், இந்த இணைப்புக்குப்பிறகு, 51 சதவிகிதத்துக்குக் குறைந்துவிடும். ஆகவே, எந்த முடிவிலும் அவர்களுடைய முழு ஆதிக்கம் இருக்க வாய்ப்பில்லை.

ஒருவேளை, இப்போது மிட்டல் ஸ்டீலுடன் இணைய ஆர்செலார் மறுத்துவிட்டால், கூடிய சீக்கிரத்தில், அதிவேகமாக வளர்ந்துவரும் சீனாவைச் சேர்ந்த உருக்கு நிறுவனங்களில் ஒன்று, அதனை வாங்கிவிடும். அப்படிப் பொது எதிரியிடம் சிக்குவதைவிட, ஐரோப்பிய நிறுவனங்களான மிட்டல் ஸ்டீலும் ஆர்செலாரும் இணைந்தால், சீனாவின் போட்டியை தைரியமாக எதிர்கொள்ளமுடியும்.

நான்காவதாக, மிக முக்கியமான விஷயம், பலரும் நினைப்பதுபோல், இந்த இணைப்பின்மூலம் ஐரோப்பியர்களின் வேலைகள் பறிபோகாது. இதற்குத் தன்னால் தனிப்பட்டமுறையில் உத்திரவாதம் அளிக்கமுடியும் என்கிறார் லட்சுமி மிட்டல்.

இப்படிப் பல வாதங்களை முன்வைத்து லட்சுமி மிட்டல் போராடிவந்தாலும், அவருடைய எதிர்ப்பாளர்கள் அரசாங்க / நீதிமன்றத் தடைகளின்மூலம் இந்த இணைப்பைத் தடுக்க முயல்கிறார்கள்.

இதற்கு அவர்கள் சொல்லும் காரணங்களில் முக்கியமானது, மிட்டல் குழுமத்தில் அவருடைய குடும்பத்தின் ஆதிக்கம் எப்போதும் இருக்கும், இரட்டை அடுக்கு முறை என்று சொல்லப்படும் நிர்வாக வடிவத்தின்படி, அவருடைய குடும்பத்தினரின் பங்கு சதவிகிதம் குறைந்தாலும், முடிவுகளை எடுக்கிற அதிகாரம் அவர்களுக்குதான் அதிகம். எனவே, ஆர்செலாரின் எதிர்காலம் ஒரு குடும்பத்தின் கையில் சிக்கிவிடுகிற ஆபத்தை அவர்கள் எதிர்க்கிறார்கள்.

அடுத்து, மிட்டல் எங்கே சென்றாலும், எந்த நாட்டில் ஆலைகளை வாங்கினாலும், சட்டென்று அங்கே தன்னுடைய இந்திய நிர்வாகிகள், மேலாளர்களைக் கோண்டுவந்து குவித்துவிடுகிறார், ஆர்செலார் விஷயத்திலும் அவர் இதையேதான் செய்வார், தொழிலாளர்கள் பாதிக்கப்படுவார்கள்.

மூன்றாவதாக, என்னதான் மிட்டல் உலகிலேயே அதிக அளவு உருக்கு உற்பத்தி செய்துகொண்டிருந்தாலும், அவர் தயார் செய்கிற உருக்கு முழுவதும், கட்டுமானப் பணிகள் போன்ற 'முரட்டு' வேலைகளுக்குதான் பெரும்பாலும் பயன்படுகிறது. நுணுக்கமான வேலைகளுக்குத் தேவைப்படுகிற மேன்மைத் தரத்திலான உருக்குத் தயாரிப்புகளைச் செய்யும் வசதியோ, தொழில்நுட்பமோ, அனுபவமோ அவரிடம் அதிகம் இல்லை.

அதாவது, மிட்டல் குழுமம் ஆர்செலாரை வாங்க விரும்புவதன் முக்கிய நோக்கம், தனது உருக்கு உற்பத்தியின் அளவைப் பெருக்கிக்கொள்வதுமட்டுமில்லை, தங்களது உருக்குத் தயாரிப்புகளின் தர மேன்மையை உயர்த்துவதும், புதிய சந்தைகளைப் பிடிப்பதும்தான்.

ஆகவே, இந்த இணைப்பினால், எல்லா லாபமும் மிட்டல் குழுமத்துக்குதான், ஆர்செலாருக்கு இழப்புகள்தான் அதிகம் என்று இவர்கள் வாதிடுகிறார்கள். பல வழிகளில் இதனைத் தடுக்க முயல்கிறார்கள்.

இந்த விஷயத்தில் யார் இறுதி வெற்றி அடையப்போகிறார்கள் என்பது தெளிவாகாத சூழலில், லட்சுமி மிட்டல் ஓர் இந்தியர் என்பதால்தான் அவருக்கு இத்தனை எதிர்ப்புகள் வருகின்றன என்கிறார்கள் சிலர்.

அதாவது, இந்தியர் ஒருவர், தங்களுடைய தொழிலின்மீது இப்படி ஓர் ஆதிக்கம் செலுத்துவதை ஐரோப்பியர்களால் ஜீரணிக்கமுடியவில்லை, அதனால்தான் லட்சுமி மிட்டல் ஆர்செலாரை வாங்கிவிடக்கூடாது என்று திட்டமிட்டுச் செயல்படுகிறார்கள் என்பது இவர்களுடைய வாதம்.

இதுபோன்ற அரசியல், இனம் சார்ந்த சண்டைகளில் சிக்கிக்கொள்ளாமல், லட்சுமி மிட்டல் தனது எண்ணத்தைத் தெளிவாக முன்வைக்கிறார், 'மிட்டல் ஸ்டீல் - ஆர்செலார் இணைப்பினால், உருக்குத் தொழிலுக்குதான் நல்லது. அதைக் கருத்தில் கொண்டு, எல்லோரும் இந்த இணைப்பை ஆதரிக்கவேண்டும்'

லட்சுமி மிட்டலின் இந்த வேண்டுகோளை, ஆர்செலார் முதலீட்டாளர்கள் ஏற்பார்களா, ஒருவேளை அவர்கள் ஏற்றுக்கொண்டாலும், வேறு வழிகளில் அது சாத்தியமாகாதபடி தடுக்கப்படுமா என்பதெல்லாம், அடுத்த சில மாதங்களில் தெளிவாகிவிடும்.

ஒருவேளை, மிட்டல் ஸ்டீலுடன் ஆர்செலாரை இணைக்கும் அவரது திட்டம் தோற்றுப்போனாலும்கூட, நிச்சயமாக லட்சுமி மிட்டல் துவண்டுவிடமாட்டார். வேறு வழிகளில், உருக்குத் தொழிலை இன்னும் ஒருங்கிணைத்து, எதிர்காலத்தில் கண்டிப்பாக, முன்னிலும் அதிகத் தீவிரத்துடன் எழக்கூடிய சீனாவின் போட்டியைச் சமாளிக்கவேண்டும். அதற்கான மாற்று சாத்தியங்களை, இப்போதும் அவர் யோசித்துக்கொண்டுதான் இருப்பார்.

16. அடுத்த பரீட்சை

உலகின் மிகப் பெரிய பணக்காரர்களில் ஒருவரான (தற்சமயம் ஐந்தாவது இடம்!) லட்சுமி மிட்டல், கடந்த பல ஆண்டுகளாகவே அறக்கட்டளைகள், தனியார் அமைப்புகளின்மூலம் பல்வேறு சமூக சேவைப் பணிகளுக்கு உதவிவருகிறார்.

1998ம் ஆண்டு அவரது பெயரில் 'LNM குழும அறக்கட்டளை' தொடங்கப்பட்டது. இந்த அமைப்பு, உலகெங்கும் இருக்கிற ஏழை மக்களின் ஆரோக்கியம், கல்வி ஆகியவற்றில் கவனம் செலுத்திவருகிறது. இந்தியா சார்ந்த பணிகளுக்கு அதிக முக்கியத்துவம் தரப்படுகிறது.

லட்சுமி நாராயண் மிட்டலின் பெயர்ச் சுருக்கமான 'LNM' எனும் இதே பெயரில் ஒரு கல்வி அமைப்பும் தொடங்கப்பட்டிருக்கிறது. இந்த அமைப்பின் சார்பில், மிட்டலின் ஆலைகள் அமைந்துள்ள பல நாடுகளைச் சேர்ந்த மாணவர்களின் உயர்கல்விக்குத் தேவையான உதவித்தொகைகள் வழங்கப்படுகிறது.

இந்தியாவில், ராஜஸ்தான் மாநில அரசுடன் இணைந்து, ஜெய்ப்பூரில் ஒரு தகவல் தொழில்நுட்பக் கல்லூரியைத் (LNM Institute of Information Technology) தொடங்கியிருக்கிறார் லட்சுமி மிட்டல். இதுதவிர, கல்கத்தாவில் உள்ள 'பாரதிய வித்யா பவன்' கல்வி நிறுவனத்தில் கணினிப் பிரிவு ஒன்றைத் தொடங்கவும் உதவியிருக்கிறார் அவர்.

கடந்த 2005ம் ஆண்டு, 'மிட்டல் சாம்பியன்ஸ் டிரஸ்ட்' என்ற பெயரில், இந்திய விளையாட்டு வீரர்களுக்கான அறக்கட்டளை ஒன்றைத் தொடங்கினார் லட்சுமி மிட்டல்.

இந்த அறக்கட்டளையைத் தோற்றுவிக்கவேண்டும் என்கிற எண்ணம் அவருக்குத் தோன்றிய பின்னணி மிக சுவாரஸ்யமானது.

2004ம் ஆண்டு, ஏதென்ஸ் நகரில் நடைபெற்ற ஒலிம்பிக் போட்டிகளைக் காண்பதற்காக நேரில் சென்றிருந்தார் லட்சுமி மிட்டல். பல தேசங்களைச் சேர்ந்த சிறந்த வீரர்கள் கலந்துகொண்ட விறுவிறுப்பான போட்டிகளைப் பார்த்து மகிழ்ந்தார் அவர்.

ஆனால், ஏதென்ஸ் ஒலிம்பிக்ஸ் முடிவடைந்தபோது, பதக்கப் பட்டியலில், ஒரே ஒரு வெள்ளிப் பதக்கத்தைமட்டும் வென்றிருந்த இந்தியா கௌரவமிக்க இடத்தில் இல்லை.

இந்த விஷயம், லட்சுமி மிட்டலுக்குச் சோர்வு அளித்திருக்கிறது, லிதுனியா போன்ற நாடுகளெல்லாம் அதிகப் பதக்கங்கள் ஜெயிக்கும்போது, இந்தியாமட்டும் ஏன் இப்படித் தாழ்வான நிலையில் இருக்கிறது என்று யோசித்திருக்கிறார்.

உண்மையில், இந்த விஷயம் அவருக்கு ஆச்சரியத்தைத் தந்திருக்க வாய்ப்பில்லை. ஏனெனில், கடந்த சில ஒலிம்பிக் போட்டி களாகவே, இந்தியா அதிக எண்ணிக்கையில் பதக்கங்களை வெல்லவில்லை. எனவே, இந்தமுறையும் அந்தக் கதை தொடர்ந்தது அவருக்கு வேதனையை அளித்திருக்கவேண்டும்.

லட்சுமி மிட்டல் இந்தியாவில் தனது தொழில் முயற்சிகளை அதிகம் தொடரவில்லை எனினும், உலக அரங்கில் இந்தியத் தொழிலதிபர்களின் திறமைகள் விவாதிக்கப்படுவதற்குக் காரணமாக இருந்திருக்கிறார். எனவே, இத்தனை நாடுகள் கலந்துகொள்கிற ஒரு சர்வதேசப் போட்டியில், தன்னுடைய சொந்த நாடான இந்தியா குறிப்பிடத்தக்க வெற்றிகளைப் பெறாதது ஏன் என்று அவருக்கு ஆதங்கம் தோன்றியது.

இதே காலகட்டத்தில், புகழ்பெற்ற இந்திய டென்னிஸ் வீரர் மகேஷ் பூபதி லட்சுமி மிட்டலைச் சந்தித்துப்

பேசியிருக்கிறார். இந்தியாவில் கிரிக்கெட்போன்ற ஒரு சில விளையாட்டுகளுக்குமட்டுமே அதிக முக்கியத்துவம் அளிக்கப்படுவதால், நமது விளையாட்டுத்துறையின் நிலைமை இப்படிக் கவலைக்கிடமாக இருப்பதைப்பற்றி அவர்கள் விவாதித்துக்கொண்டிருந்தபோது, மகேஷ் பூபதிதான் இந்த யோசனையைச் சொல்லியிருக்கிறார்.

அதாவது, இந்திய வீரர்களின் திறமையில் எந்தக் குறைச்சலும் இல்லை. உலகத் தரத்திலான பயிற்சியும் அனுபவமும் கிடைப்பதில்தான் அவர்களுக்குச் சிரமம் ஏற்பட்டிருக்கிறது. இதை அவர்களுக்குக் கிடைக்கச்செய்தால், நிச்சயமாகப் பெரிய அளவில் சாதிக்கமுடியும்.

இதனை ஏற்றுக்கொண்ட லட்சுமி மிட்டல், தனது குடும்பப் பெயரில் ஓர் அறக்கட்டளையைத் தொடங்க முடிவுசெய்தார். இதற்காக நாற்பது கோடி ரூபாய்கள் நன்கொடையாக அளித்திருக்கிறார் அவர்.

'மிட்டல் சாம்பியன்ஸ் டிரஸ்ட்' என்று அழைக்கப்படும் இந்த அறக்கட்டளை, பல விளையாட்டுத் துறைகளில், திறமைசாலிகளான இளம் இந்திய வீரர்களை அடையாளம் கண்டு, முழுமையாக ஆதரவளித்து, அவர்களுடைய செயல்திறன் மேம்படுவதற்கு உதவும்.

ஊட்டச்சத்துமிக்க உணவு, உடற்தகுதி, உயர்ந்த தரத்திலான பயிற்சி, பல்வேறு சர்வதேசப் போட்டிகளில் கலந்துகொள்வதற்கான வாய்ப்புகள் என்று தொடங்கி, உலகின் மற்ற முதல்நிலை வீரர்களுக்குக் கிடைக்கிற எல்லா சவுகர்யங்களும் இவர்களுக்கும் கிடைக்கிறபடி ஏற்பாடு செய்யப்படும். இதற்கான எல்லாச் செலவுகளையும் அறக்கட்டளை ஏற்றுக்கொள்கிறது. பதிலுக்கு அவர்கள், இந்தியாவுக்காக நிறைய பதக்கங்கள், கோப்பைகள் ஜெயிக்கவேண்டும், அவ்வளவுதான் விஷயம்.

இந்தத் திட்டத்தின்கீழ் பலன் பெறும் முதலாவது இந்திய வீரர், ஸ்க்வாஷ் வீராங்கனை ஜோஷ்னா சின்னப்பா.

முதல்கட்டமாக, தடகளம், குத்துச்சண்டை, ஸ்க்வாஷ், நீச்சல், வில்வித்தை போன்ற விளையாட்டுகளிலிருந்து

ஜோஷ்னாவைப்போல சுமார் பத்து இளம் திறமைசாலிகள் தேர்ந்தெடுக்கப்படுவார்கள் என்று தெரிகிறது. வருங்காலத்தில் இந்த எண்ணிக்கை மேலும் அதிகரிக்கும் என்கிறார் மகேஷ் பூபதி.

'இந்தியாவில் ஏகப்பட்ட திறமைசாலிகள் சிறு நகரங்கள், கிராமங்களில் முடங்கிக் கிடக்கிறார்கள்', என்கிறார் லட்சுமி மிட்டல், அவர்களுக்குத் தடையாக அமைந்திருப்பது, பொருளாதாரமின்மை ஒன்றுதான் என்று நம்பும் அவர், முக்கியமான இந்தத் தடையை அகற்றினால், இந்தத் திறமைசாலிகளால் உலக விளையாட்டு அரங்கில் இந்தியாவின் பங்களிப்பு மேலும் முக்கியத்துவம் பெறும் என்கிறார்.

இதற்கு உதாரணமாக அவர் சொல்வது, இந்திய கிரிக்கெட் அணியின் நட்சத்திர வீரரான மகேந்திர சிங் தோனியை. பொருளாதார நிலையில் வெகுவாகப் பின்தங்கியிருக்கும் ஜார்கண்ட் மாநிலத்திலிருந்து, இப்படி ஒரு திறமைசாலி வீரர் வந்திருக்கிறார் என்றால், இதுபோல் இன்னும் பலர் இருக்கிறார்கள், அவர்களைக் கண்டறிந்து, உதவவேண்டியது நம்முடைய கடமை என்கிறார் மிட்டல்.

தன்னைப்போலவே, பிற நிறுவனங்களும் இளம் இந்திய விளை யாட்டு வீரர்களுக்கு உதவ முன்வரவேண்டும் என்பது லட்சுமி மிட்டலின் கோரிக்கை. இப்படிப் பலர் சேர்ந்து முனைகிறபோது, நிச்சயமாக இந்த நிலைமையை மாற்றிவிடமுடியும் என்று நம்புகிறார் அவர்.

லட்சுமி மிட்டலின் இந்த முயற்சிகளின் பலன், 2008ம் ஆண்டு பீஜிங்கில் நடைபெறவிருக்கும் அடுத்த ஒலிம்பிக் போட்டிகள், 2010ம் ஆண்டு டெல்லியில் நடைபெறவிருக்கும் காமன்வெல்த் போட்டிகள், 2012 லண்டன் ஒலிம்பிக்ஸ் போன்றவற்றில் தெரியும்.

பில் கேட்ஸ்போல உலக அளவில் புகழ்பெற்ற மற்ற பணக்காரர்களோடு ஒப்பிடும்போது, லட்சுமி மிட்டலின் இந்த நன்கொடைகள் / சமூகப் பணிகள் மிகக் குறைவானவை என்று விமர்சிக்கிறவர்கள் இருக்கிறார்கள். அதேசமயம், அவர்

தன்னுடைய செல்வம் முழுவதையும், தனது தொழில் வளர்ச்சி, மேம்பாடுக்காகமட்டும் ஒதுக்கிவைத்திருக்கிறார் என்கிற வாதமும் முன்வைக்கப்படுகிறது.

யார் கண்டது, இந்தத் துறையில் அவருடைய முன்னோடியான ஆண்ட்ரூ கார்னெகியைப்போலவே, லட்சுமி மிட்டலும் ஓய்வு பெற்றபின் நிறைய தானம் செய்யஆரம்பிப்பாரோ என்னவோ!

இதேபோல், பலருடைய மனத்தில் இருக்கும் இன்னொரு முக்கியமான உறுத்தல் - கிட்டத்தட்ட முப்பது ஆண்டுகளாக அயல்நாடுகளில் வாழ்ந்துவந்தாலும், இந்தோனேஷியாவிலோ, இங்கிலாந்திலோ லட்சுமி மிட்டல் குடியுரிமை பெறவில்லை. அதாவது, இன்னும் இந்தியக் குடிமகனாகதான் தொடர்கிறார். இந்தியச் செய்தி நிறுவனங்களுக்குப் பேட்டியளிக்கையில், சரளமாக ஹிந்தி பேசி, மண் வாசனை காண்பிக்கிறார்.

ஆனால், இந்த பாஸ்போர்ட் அடையாளம்மட்டும் போதுமா? இந்தியத் தொழில்துறை வளர்ச்சி / பொருளாதார முன்னேற்றத்துக்கு அவரது பங்களிப்பு என்று எதுவுமே கிடையாதா?

சமீபத்தில் ஜார்கண்ட் மாநிலத்தில் பெரிய அளவு முதலீட்டில் ஓர் ஆலை தொடங்கத் தீர்மானித்துள்ள லட்சுமி மிட்டல், வருங்காலத்தில் இந்தியாவிலும் இதேபோல் அதிக முதலீடுகளைச் செய்வார் என்று எதிர்பார்க்கலாம்.

தனிப்பட்டமுறையில், லட்சுமி மிட்டலின் லட்சியமாக இருப்பது, உலகின் மிகப் பெரிய உருக்கு சாம்ராஜ்யம் இல்லை. மிகச் சிறந்த, சர்வதேசத் தரத்தில் நன்கு நிர்வகிக்கப்படும் உருக்குக் குழுமத்தை உருவாக்கவேண்டும் என்றுதான் அவர் விரும்புகிறார்.

தற்போது லட்சுமி மிட்டலுக்கு வயது ஐம்பத்தாறு, இப்போதைக்கு அவர் ஓய்வு பெறுவதாக இல்லை. எனினும், தனக்குப்பின், 'மிட்டல் ஸ்டீல்' குழுமத்தைத் தன் மகன் ஆதித்யா நிர்வகிப்பார் என்று குறிப்பிட்டுள்ளார் அவர்.

சிறு வயதில் லட்சுமி மிட்டலுக்கும், அவருடைய அப்பா மோகன் லால் மிட்டலுக்கும் இடையே உருவாகியிருந்த

மரியாதை கலந்த பாசப் பிணைப்பு, ஆதித்யா - லட்சுமி மிட்டல் இருவருக்கிடையிலும் உருவாகியிருந்தது.

மாணவப் பருவத்தில் ஆதித்யா மிட்டல் வார்டன் பல்கலைக்கழகத்தில் சேர்வதற்காக வெளிநாடு கிளம்பியபோது, முதன்முறையாக மகனைப் பிரியும் சோகத்தில் மூழ்கிப்போன லட்சுமி மிட்டல், அவரை வழியனுப்புவதற்காகக்கூடப் போகவில்லை. 'அதன்பிறகு, அவனைப்பற்றிப் பேசும்போதெல்லாம், எங்கள் இருவருடைய கண்களிலும் அழுகை பொங்கிவிடும்', என்கிறார் உஷா மிட்டல்.

அப்படிச் செல்லமாக வளர்ந்த ஆதித்யா மிட்டல், படிப்பை முடித்துவிட்டு, மிட்டல் குழுமத்தில் சேர்ந்தபிறகு, தன்னுடைய தனித்துவத்தை நிரூபித்து ஜெயித்திருக்கிறார். உலகின் மிகச் சிறந்த இளம் நிர்வாகிகளில் ஒருவராகப் பாராட்டுப் பெற்றுள்ள ஆதித்யா, 'மிட்டல் ஸ்டீல்' நிறுவனங்களை உலகின் முதல் 'நூறு டன்' உற்பத்திக் குழுமமாக உருவாக்கவேண்டும் என்கிற இலக்குடன் செயல்பட்டுக்கொண்டிருக்கிறார்.

லட்சுமி மிட்டல் அடிக்கடி சொல்வதுபோல், உருக்கு உற்பத்தியில் சீனா அதிவேகமாக முன்னுக்கு வந்துகொண்டிருக்கிறது. அவர்களுடைய தீவிரமான போட்டியைச் சமாளிப்பதற்கு, 'மிட்டல் ஸ்டீல்' முழுவேகத்தில் தயாராகிக்கொண்டிருக்கிறது. அடுத்த சில ஆண்டுகளுக்கு, அவர்களுடைய முதல் நோக்கம் இதுவாகதான் இருக்கும்.

சுவாரஸ்யமான ஒரு தொழில்துறைச் சண்டை காத்திருக்கிறது. இந்த அக்னிப் பரீட்சையிலும் மிட்டல் குழுமம் ஜெயித்து விட்டால், லட்சுமி மிட்டலின் சாதனைச் சரிதத்தில், முக்கியமான அடுத்த அங்கமாக அது இருக்கும்.

★★★

பின்னிணைப்பு 1:
லட்சுமி மிட்டல் – காலவரிசை

1950 ஜூன் 15– லட்சுமி மிட்டல் பிறப்பு (சடல்பூர்)

1951 – அப்பா மோகன் லால் மிட்டல், 'பிரிட்டிஷ் இந்தியா ரோலிங் மில்' பங்குதாரராகிறார் (கல்கத்தா)

1953 – மோகன் லால் மிட்டல் தனது முதல் உருக்கு உற்பத்தி ஆலையை அமைக்கிறார் (விசாகப்பட்டினம்)

1969 – லட்சுமி மிட்டல் செயின்ட் சேவியர் கல்லூரியில் இளநிலைப் பட்டம் பெறுகிறார், அப்பாவின் நிறுவனத்தில் இணைகிறார்

1976 – 'இஸ்பாத்' நிறுவனம் தொடக்கம்

– இந்தோனேஷியாவில் 'இண்டோ இஸ்பாத்' உருக்கு உற்பத்தி ஆலைக்கு முழுப் பொறுப்பேற்கிறார் லட்சுமி மிட்டல்

1978 – விரிவாக்கப்பட்ட 'இண்டோ இஸ்பாத்' ஆலை இயங்கத் தொடங்குகிறது

1982 – 'இண்டோ இஸ்பாத்' ஆலைக்குத் தேவையான மூலப் பொருள்களையும் தயாரிக்கத் தொடங்குகிறது 'இஸ்பாத்'

1988 - 89	- டிரினிடாட், டொபகோ தீவுகளில் 'இஸ்காட்' DRI / உருக்கு ஆலைகளை நிர்வகிக்கும் பொறுப்பை ஏற்கிறார் லட்சுமி மிட்டல் - 'கரீபியன் இஸ்பாத்' தொடக்கம்
1992	- மெக்ஸிகோவில் 'சிகார்ட்ஸா' ஆலைகளை வாங்குகிறார் லட்சுமி மிட்டல். 'இஸ்பாத் மெக்ஸிகானா' தொடக்கம்
1994	- கனடாவில் 'சிட்பெக்-டாஸ்கோ' ஆலைகளை வாங்குகிறார். 'இஸ்பாத் சிட்பெக்' தொடக்கம்
	- கரீபியன் இஸ்பாத் நிறுவனத்தை ஒப்பந்த அடிப்படையில் ஐந்து ஆண்டுகள் நிர்வகித்தபிறகு, அதனை விலைக்கு வாங்கிக்கொள்கிறார் லட்சுமி மிட்டல்
	- மிட்டல் குடும்பத்தைச் சேர்ந்த நிறுவனங்கள், முதலீடுகள் இரண்டாகப் பிரிக்கப்படுகின்றன. சர்வதேச முதலீடுகளுக்குப் பொறுப்பேற்கிறார் லட்சுமி மிட்டல்.
1995	- ஜெர்மனியில் ஹம்பர்கர் ஸ்டல்வெர்கெ, அயர்லாந்தில் 'ஐரிஷ் ஸ்டீல்' மற்றும் கஜகிஸ்தானில் கரகண்டா உருக்கு ஆலைகளை வாங்குகிறார்.
1996	- 'நியூ ஸ்டீல்' நிறுவனத்தின் 'Steelmaker of the year' கௌரவத்தைப் பெறுகிறார் லட்சுமி மிட்டல்
1997	- லட்சுமி மிட்டலின் மகன் ஆதித்யா மிட்டல் இஸ்பாத் குழுமத்தில் இணைகிறார்
	- 'இஸ்பாத் இண்டர்நேஷனல்' நிறுவனம் நெதர்லாண்ட்ஸ் நாட்டில் பதிவு செய்யப்படுகிறது
	- 'இஸ்பாத் இண்டர்நேஷனல்' பொது நிறுவனமாகிறது. நியூயார்க் மற்றும் ஆஸ்டர்டாம் பங்கு சந்தைகளில், 776 மில்லியன் டாலர்கள் முதலீடு திரட்டப்படுகிறது.
	- ஜெர்மனியில் 'Stahlwerk Ruhrort', 'Walzdraht Hochfeld' ஆகிய நிறுவனங்களை வாங்குகிறார் லட்சுமி மிட்டல்.
1998	- அமெரிக்காவில் 'இன்லாண்ட்' (Inland) உருக்கு நிறுவனத்தை வாங்குகிறார் லட்சுமி மிட்டல்

	– லட்சுமி மிட்டலை 'கல்கத்தா கார்னெகி' என்று பாராட்டுகிறது 'வால்ஸ்ட்ரீட் ஜர்னல்' பத்திரிகை
	– மகன் ஆதித்யா மிட்டல் திருமணம், கல்கத்தாவில் வரவேற்புக் கொண்டாட்டம், அதுதொடர்பான சர்ச்சைகள்
	– சமூக சேவைப் பணிகளுக்காக, LNM குழும அறக்கட்டளை தொடக்கம்
	– உருக்குத் தொழிலின் மிக உயர்ந்த கௌரவமான, 'அமெரிக்கன் மெட்டல் மார்க்கெட்' வழங்கும், 'Willy Korf Steel Vision' விருது பெறுகிறார் லட்சுமி மிட்டல்
1999	– பிரான்சில் 'Unimetal Gandrange' நிறுவனத்தை வாங்குகிறார் லட்சுமி மிட்டல்
	– இஸ்பாத் குழுமத்துடன் பிற ஆலைகள், நிறுவனங்களை இணைக்கும் பணிகளுக்குப் பொறுப்பேற்கிறார் ஆதித்யா மிட்டல்
2000 – 01	– உலக அளவில் உருக்கு விலை குறைவு, மிட்டல் குழுமம் உள்ளிட்ட பல நிறுவனங்கள் தடுமாற்றம்
2001	– அயர்லாந்தில் லட்சுமி மிட்டல் நிர்வகித்துவந்த 'ஐரிஷ் ஸ்டீல்' நிறுவனம் மூடப்படுகிறது
	– அல்ஜீரியாவில் 'ALFASID Annaba', ரொமேனியாவில், 'Sidex Galati' ஆகிய நிறுவனங்களை வாங்குகிறார் லட்சுமி மிட்டல்
	– ரொமானியா 'சிடெக்ஸ்' ஆலைகளை லட்சுமி மிட்டல் வாங்குவதற்கு இங்கிலாந்துப் பிரதமர் டோனி பிளெய்ர் உதவியதை முன்வைத்து, 'மிட்டல் கேட்' ஊழல் குற்றச்சாட்டு, சர்ச்சைகள்
2002	– தென் ஆப்பிரிக்காவைச் சேர்ந்த இஸ்கார் (Iscor) நிறுவனத்துக்கு, ஒப்பந்த அடிப்படையில் தொழில்நுட்ப / வணிகம் சார்ந்த உதவிகளைச் செய்யத் தொடங்குகிறது 'இஸ்பாத்' குழுமம் – பின்னர், 2004ல் இந்நிறுவனத்தைத் தனது குழுமத்துடன் இணைத்துக்கொண்டார் லட்சுமி மிட்டல்

2003 – செக் குடியரசில் நோவா ஹட் (Nova Hut Ostrava) நிறுவனத்தை வாங்குகிறார் லட்சுமி மிட்டல்

– உலகச் சந்தையில் உருக்கு விலை உயர்கிறது, மிட்டல் குழுமங்கள் மீண்டும் லாபகரமாக இயங்கத்தொடங்குகின்றன

– மிக அதிக அளவு இரும்பு உற்பத்தி செய்யும் நிறுவனங்களின் பட்டியலில், உலக அளவில் லட்சுமி மிட்டல் குழுமத்திற்கு இரண்டாவது இடம்

2004 – போலந்தில் 'Polskie Huty Stali' உள்பட ரொமேனியா, தென் ஆப்பிரிக்கா, போஸ்னியா உள்ளிட்ட நாடுகளில் பல ஆலைகளை வாங்குகிறார் லட்சுமி மிட்டல்

– லட்சுமி மிட்டலின் 'LNM ஹோல்டிங்ஸ்' மற்றும் பொது நிறுவனமான 'இஸ்பாத் இண்டர்நேஷனல்' இணைந்து, 'மிட்டல் ஸ்டீல்' என்ற புது நிறுவனம் தொடங்கப்படுகிறது

– அமெரிக்காவைச் சேர்ந்த ISG உருக்குக் குழுமத்தை 'மிட்டல் ஸ்டீல்' வாங்குகிறது. இதன்மூலம், உலகின் மிகப் பெரிய உருக்குத் தயாரிப்பாளராகிறார் லட்சுமி மிட்டல்

– மகள் வனிஷா மிட்டல் திருமணம்

– ஃபார்ச்சூன் (Fortune) இதழின் சிறந்த 'ஐரோப்பியத் தொழிலதிபர்' விருது பெறுகிறார் லட்சுமி மிட்டல்

2005 – உலகின் மிகப் பெரிய பணக்காரர்கள் பட்டியலில், மூன்றாவது இடம் பிடிக்கிறார் லட்சுமி மிட்டல். சொத்து மதிப்பு, சுமார் 25 பில்லியன் டாலர்கள்

– உக்ரேனியாவில் 'Kryvorizhstal' நிறுவனத்தை வாங்குகிறார் லட்சுமி மிட்டல்

– முதன்முறையாக, லட்சுமி மிட்டல் சீனாவில் கால் பதிக்கிறார் – சீனாவைச் சேர்ந்த 'Hunan Valin' உருக்கு நிறுவனத்தில் முதலீடு

– இந்தியாவில் ஜார்கண்ட் மாநிலத்தில் மிட்டல் குழுமம் புதிய உருக்கு ஆலை அமைப்பதாக அறிவிப்பு

– திறமை மிகுந்த இந்திய விளையாட்டு வீரர்களுக்கான 'மிட்டல் சாம்பியன்ஷிப் டிரஸ்ட்' அறக்கட்டளை தொடக்கம்

2006 – பெரும் சர்ச்சைகளுக்கிடையில், உலகின் இரண்டாவது பெரிய உருக்கு நிறுவனமான ஆர்செலார் குழுமத்தை வாங்க முயல்கிறது 'மிட்டல் ஸ்டீல்'

பின்னிணைப்பு 2:
சான்றுகள்

நூல்கள்:

- Managing Radical Change : What Indian Companies Must Do to Become World-Class - Sumantra Ghoshal, Gita Piramal, Christopher A Bartlett - Penguin India

கட்டுரைகள்:

- An empire of direct-reduced iron and steel - John Schriefer - New Steel - April 1996
- The Mittals and Ispat in India - N. Narayan - New Steel - April 1996
- Steel's Still-Growing Giant - Manik Mehta - http://www.iwgc.com/ - January 1999
- Lakshmi Mittal, steel mill millionaire - Mike Verdin - BBC - February 2002
- Man of Steel - Richard Tomlinson - Fortune - September 2003
- Steel Deals - Daniel Apostol - Invest Romania - December 2003
- Lakshmi Mittal's Ring of Steel - Bob Jones - MT magazine - February 2004

- LN Mittal, the new steel mogul - Indrajit Basu - The Washington Times / United Press International - October 2004
- Acquisitive expansion route to global dominance - N. Chandra Mohan - The Financial Express - October 2004
- Putting Nehru, Tata to shame - Swaminathan S, Anklesaria Aiyar - Times of India - October 2004
- A financier finds the future in an old industry - Heather Timmons - The Hindu - November 2004
- The Raja Of Steel - Stanley Reed, Michael Arndt - Business Week - December 2004
- Who is the Man Who Bought Sparrows Point? - Mark Reutter - http://www.makingsteel.com/ - February 2005
- The Extraordinary story of Mittal Steel - Sumantra Ghoshal, Gita Piramal - Smart Manager / Rediff.com - March 2005
- Lakshmi Mittal's $19 Billion Year - Paul Maidment - Forbes - March 2005
- உலகின் மூன்றாவது பெரும் பணக்காரர் - இந்தியர் - வெங்கட் ரமணன் - http://www.domesticatedonion.net/ - மார்ச் 2005
- Bling, bling: Changing iron ore to gold - Keith Benman - http://www.nwitimes.com/ - April 2005
- The Mineral industry of Trinidad and Tobago - David B. Doan - Mineral Resources Program - May 2005
- Man of Steel - Simon Clark, Matthew Craze - Bloomberg Markets - July 2005
- Nerves Of Steel - Peter Gumbel - Time - February 2006
- Liability Of Indianness? - N. Chandra Mohan - Outlook - February 2006
- Hard work Mittal's mantra of success - Harihar Swarup - The Tribune - February 2006

- The Outsider - Dev Chatterjee - The Indian Express / Sunday Express - February 2006
- The steely Lakshmi Mittal - Minhaz Merchant - Daily News & Analysis - March 2006
- லட்சுமி மிட்டலின் தீரம் வெல்லுமா? - http://www.webulagam.com/ - ஏப்ரல் 2006
- Interview With L N Mittal - Simi Grewal - Star World Televition / Rediff.com - April / May 2006
- Businesses in Indonesia find success in similiar culture - Adianto P. Simamora - http://www.thejakartapost.com/
- Meet the New Owners: The Billionaire Mittals - Mark Reutter - http://www.makingsteel.com/
- Emerging steel king of the world - Siddharth Srivastava - http://www.dayafterindia.com/
- A Calcutta Kid at Heart - Jeremy Josephs - http://www.jeremyjosephs.com/

இணையதளங்கள்:

- http://www.mittalsteel.com/
- http://www.ispatind.com/
- http://www.ispatindo.com/
- http://lakshmi-mittal-news.newslib.com/
- http://www.key-to-steel.com/Articles/Art2.htm
- http://www.makingsteel.com/whoishe.html
- http://www.makingsteel.com/meetowners.html
- http://www.newsteel.com/features/NS9608f7.htm
- http://www.newsteel.com/features/NS9608f8.htm
- http://www.steelemart.com/steelmak6.asp

- http://www.steelprofiles.com/ceo/profiles/mittals1.htm
- http://www.steelprofiles.com/profiles/heat.asp?CompanyId=583
- http://www.steelworld.com/lnmital.htm
- http://minerals.usgs.gov/minerals/pubs/country/1999/9521099.pdf
- http://pittsburgh.about.com/cs/famous/p/andrew_carnegie.htm
- http://news.bbc.co.uk/1/hi/business/1820324.stm
- http://quote.bloomberg.com/apps/news?pid=10000006&sid=aiAhPuX-Co2co&refer=home
- http://www.businessweek.com/magazine/content/04_51/b3913070.htm
- http://www.carnegie.org/sub/kids/carnegie.html
- http://www.deccanherald.com/deccanherald/jan272005/i14.asp
- http://www.domesticatedonion.net/blog/?item=433&category=general
- http://dnaindia.com/report.asp?NewsID=1017745&CatID=19
- http://dnaindia.com/report.asp?NewsID=9054
- http://www.economist.com/displaystory.cfm?story_id=3336980
- http://www.energysolutionscenter.org/
- http://www.forbes.com/static/bill2005/LIRR0YG.html?passListId=10&pass-Year=2005&passListType=Person&uniqueId=R0YG&datatype=Person
- http://www.forbes.com/billionaires/2005/03/10/cx_pm_0310mittal_bill05.html
- http://www.hindu.com/biz/2004/11/01/stories/2004110100351700.htm
- http://www.icmr.icfai.org/casestudies/catalogue/Business%20Strategy2/Creating%20a%20Steel%20Behemoth%20(Part-A).htm
- http://www.indianexpress.com/res/web/ple/full_story.php?content_id=87706
- http://www.indotradezone.com/ispatindo/
- http://www.investingvalue.com/investment-leaders/lakshmi-mittal/

- http://www.investromania.ro/onbusiness/successtorypage.php?id=3
- http://www.ispsquash.com/Joshna_MittalChampionTrust.htm
- http://www.lnmiit.org.in/aboutus/chairman.html
- http://www.mbendi.co.za/orgs/cxpz.htm
- http://www.nndb.com/people/222/000094937/
- http://www.nriinternet.com/Section3Who/WhoEurope/UK/Mittal/2005/Jan_/4_Europe_Businessman_ogTh_Year.htm
- http://nwitimes.com/articles/2005/04/15/news/top_news/57159fbd7dc-bc76786256fe3007e4f68.txt
- http://onlypunjab.com/fullstory2k5-insight-news-status-3-newsID-29018.html
- http://www.outlookindia.com/fullprint.asp?choice=2&fodname=20060208&f-name=chandra&sid=1
- http://www.redhotcurry.com/archive/money/2004/lakshmi_mittal.htm
- http://www.rediff.com/money/2005/mar/11mittal.htm
- http://in.rediff.com/money/2005/mar/17mittal.htm
- http://in.rediff.com/money/2006/apr/28mittal.htm
- http://in.rediff.com/money/2006/may/06mittal.htm
- http://www.sepiamutiny.com/sepia/archives/001425.html
- http://sify.com/news/othernews/fullstory.php?id=13501103
- http://sify.com/glossary_popup.php?gid=13973369
- http://www.telegraphindia.com/1050116/asp/look/story_4241071.asp
- http://www.theasianbusinessawards.com/iframe_story.asp?Sec-tion=3&NID=2374
- http://www.theaustralian.news.com.au/common/story_page/0,5744,18048584%255E36375,00.html

- http://www.thejakartapost.com/community/India1.asp
- http://www.thestandard.com.hk/news_detail.asp?we_cat=6&art_id=11444&sid=6548520&con_type=1&d_str=20060207
- http://www.tribuneindia.com/2006/20060219/edit.htm
- http://www.webindia123.com/personal/abroad/mittal.htm
- http://www.webulagam.com/news/parimanangal/0604/01/1060401009_1.htm
- http://timesofindia.indiatimes.com/articleshow/898942.cms
- http://timesofindia.indiatimes.com/articleshow/905414.cms
- http://ennathannadakkum.blogspot.com/2006/04/blog-post.html
- http://fecolumnists.expressindia.com/print.php?content_id=72588
- http://washingtontimes.com/upi-breaking/20041026-040806-5622r.htm

பிற:

- Interview with Lakshmi Mittal - Weekend Business - Jeff Randall - BBC Radio Five - March 2006
- Annual Reports - Ispat International

தெளிவான எழுத்தும் ஆழமான ஆய்வும் நிறைந்த நூல்களுக்காகத் தமிழ் வாசகர்களிடையில் நன்கு அறியப்பட்டுள்ள என். சொக்கன் புனைவு, வாழ்க்கை வரலாறு, நிறுவன வரலாறு, தன்னம்பிக்கை, சிறுவர் இலக்கியம் உள்ளிட்ட துறைகளில் இதுவரை எழுபதுக்கும் மேற்பட்ட நூல்கள், நூற்றுக்கணக்கான கதைகள், கட்டுரைகளை எழுதியுள்ளார். விரிவான ஆய்வுகள், சான்றுகளின் அடிப்படையிலான ஆழமான வரலாற்று நூல்களைத் தமிழில் எழுத இயலும், அவற்றைப் பெரும்பான்மை வாசகர்களுக்குக் கொண்டுசேர்க்கவும் இயலும் என்பதைப் பலமுறை நிரூபித்த எழுத்து வகை இவருடையது.

தமிழ், ஆங்கிலம் ஆகிய இரு மொழிகளிலும் எழுதும் சொக்கனுடைய நூல்கள் ஹிந்தி, கன்னடம், மலையாளம் உள்ளிட்ட பல மொழிகளில் மொழிபெயர்ப்பாகியுள்ளன.

www.ingramcontent.com/pod-product-compliance
Ingram Content Group UK Ltd.
Pitfield, Milton Keynes, MK11 3LW, UK
UKHW042131021026
15589UKWH00003B/760

9 789395 222235